D1771821

சிறுகதை எழுதுவது எப்படி?

கிழக்கு பதிப்பக வெளியீடுகளாக சுஜாதாவின் புத்தகங்கள்

21ம் விளிம்பு
24 ரூபாய் தீவு
6961
அப்பா, அன்புள்ள அப்பா
அப்ஸரா
அனிதா - இளம் மனைவி
அனிதாவின் காதல்கள்
அனுமதி
ஆ..!
ஆட்டக்காரன் சிறுகதைகள்
ஆதனிலால் காதல் செய்வீர்
ஆயிரத்தில் இருவர்
ஆர்யபட்டா
ஆழ்வார்கள்:ஓர் எளிய அறிமுகம்
ஆஸ்டின் இல்லம்
இதன் பெயரும் கொலை
இரண்டாவது காதல் கதை
இருள் வரும் நேரம்
இளமையில் கொல்
இன்னும் ஒரு பெண்
உள்ளம் துறந்தவன்
ஊஞ்சல்
எதையும் ஒரு முறை
என் இனிய இயந்திரா
என்றாவது ஒரு நாள்
ஐந்தாவது அத்தியாயம்
ஒரு நடுப்பகல் மரணம்
ஒரே ஒரு துரோகம்
ஓடாதே
ஓரிரவில் ஒரு ரயிலில்
ஓரிரு எண்ணங்கள்
ஓலைப்பட்டாசு
கடவுள் வந்திருந்தார்
கமிஷனருக்குக் கடிதம்
கம்ப்யூட்டரே ஒரு கதை சொல்லு
கம்ப்யூட்டர் கிராமம்
கரையெல்லாம் செண்பகப்பூ
கற்பனைக்கும் அப்பால்
கனவுத் தொழிற்சாலை
காயத்ரி
குருபிரசாத்தின் கடைசி தினம்
கை
கொலை அரங்கம்
சிங்கமய்யங்கார் பேரன்
சில வித்தியாசங்கள்
சிவந்த கைகள்
சிறுகதை எழுதுவது எப்படி?
சின்னச் சின்னக் கட்டுரைகள்
சொர்க்கத் தீவு
டாக்டர் நரேந்திரனின் வினோத வழக்கு
தங்க முடிச்சு
தப்பித்தால் தப்பில்லை
திசை கண்டேன் வான் கண்டேன்
தீண்டும் இன்பம்
தூண்டில் கதைகள்
தேடாதே
தோரணத்து மாவிலைகள்
நகரம் சிறுகதைகள்
நிர்வாண நகரம்
நில் கவனி தாக்கு
நில்லுங்கள் ராஜாவே
நிறமற்ற வானவில்
நிஜத்தைத் தேடி
நைலான் கயிறு
பதினாலு நாள்கள்
பத்து செகண்ட் முத்தம்
பாதி ராஜ்யம்
பாரதி இருந்த வீடு
பிரிவோம் சந்திப்போம்
ப்ரியா
மண்மகன்
மத்யமர்
மலை மாளிகை
மனைவி கிடைத்தாள்
மாயா
மிஸ் தமிழ்தாயே நமஸ்காரம்
மீண்டும் ஒரு குற்றம்
மீண்டும் தூண்டில் கதைகள்
மீண்டும் ஜீனோ
முதல் நாடகம் - நாடகங்கள்
மூன்றுநாள் சொர்க்கம்
மெரீனா
மேகத்தைத் துரத்தியவன்
மேலும் ஒரு குற்றம்
மேற்கே ஒரு குற்றம்
ரயில் புன்னகை
ரோஜா
வசந்த காலக் குற்றங்கள்
வாய்மையே சில சமயம் வெல்லும்
வாரம் ஒரு பாசுரம்
வானத்தில் ஒரு மௌனத்தாரகை
விக்ரம்
விடிவதற்குள் வா
விபரீதக் கோட்பாடு
விருப்பமில்லா திருப்பங்கள்
விரும்பிச் சொன்ன பொய்கள்
விவாதங்கள் விமர்சனங்கள்
விழுந்த நட்சத்திரம்
வைரங்கள்
ஜன்னல் மலர்
ஜீனோம்
ஜோதி
ஸ்ரீரங்கத்து தேவதைகள்

சிறுகதை எழுதுவது எப்படி?

சுஜாதா

கிழக்கு

சிறுகதை எழுதுவது எப்படி?
Sirukathai Ezhuthuvathu Eppadi?
by Sujatha
Sujatha Rangarajan ©

Kizhakku First Edition: September 2011
136 Pages

ISBN: 978-81-8493-657-5
Title No. Kizhakku 629

Kizhakku Pathippagam
177/103, First Floor,
Ambal's Building, Lloyds Road,
Royapettah, Chennai 600 014.
Ph: +91-44-4200-9601
Email : support@nhm.in
Website : www.nhm.in

Cover Image : Shutterstock

Kizhakku Pathippagam is an imprint of New Horizon Media Private Limited

This book is sold subject to the condition that it shall not, by way of trade or otherwise, be lent, resold, hired out, or otherwise circulated without the publisher's prior written consent in any form of binding or cover other than that in which it is published and without a similar condition including this the rights under copyright reserved above, no part of this publication may be reproduced, stored in or introduced into a retrieval system, or transmitted in any form or by any means (electronic, mechanical, photocopying, recording or otherwise), without the prior written permission of both the copyright owner and the above-mentioned publisher of this book.

இப்பநான் தின்னது மூணு நாளைக்கு அப்புறம் திங்கற முதல் ஆகாரம்; ஏமாத்தி சம்பாதிக்கத் திறமை இல்லை. எங்க பார்த்தாலும் போட்டி... நாய்ப் பிழைப்பு... நம்பினா நம்பு நம்பாட்டா போ. நான் செய்யற முதல் திருட்டு இது... உன்னை மாதிரி அப்பாவிகிட்டதான் என்னால திருட முடியும்.

உள்ளே

1. சிறுகதை எழுதுவது எப்படி? / 09
2. ஒரு கதை / 23
3. ரேணுகா / 33
4. எல்டொராடோ / 48
5. நோ ப்ராப்ளெம் / 59
6. அம்மா மண்டபம் / 69
7. வந்தவன் / 81
8. எதிரி / 90
9. ஒரே இரவில் / 100
10. கால்கள் / 126

1. சிறுகதை எழுதுவது எப்படி?

ஓர் அரிய வாய்ப்பு! நீங்கள் நல்ல சிறுகதைகள் எழுத விரும்புகிறீர்களா? குமுதம், விகடன், குங்குமம், சாவி, இதயம், கல்கி போன்ற முன்னணி இதழ்களில் உங்கள் சிறுகதைகள் பிரசுரமாக வேண்டுமா? சுஜாதாவிடம் கற்றுக் கொள்ளத் தொடர்பு கொள்ளுங்கள்: த.பெட்டி எண். 2355.

சமீபத்தில இந்த வெளம்பரத்தை தினமணில பாத்திருப்பீங்களே. ரெண்டாம் பக்கத்தில ஒரு ஓரத்தில ஏல விளம்பரம், கோர்ட்டு நோட்டீஸ் இதுக் கெல்லாம் மத்தியில பொடி எழுத்தில வந்தது. இதைப் பார்த்ததும் என் இதயம் ஒரு தபா துடிக் கிறதை நிறுத்திட்டு நின்னு போய் அப்புறம் படபடன்னு அடிச்சுக்கிச்சி!

ஸார், நானும் இதுவரைக்கும் தொண்ணூறு சிறு கதை எழுதிட்டேன். ஒண்ணுகூட பிரசுரமாகலை! அப்படிப்பட்டவனுக்கு அந்த மாதிரி விளம் பரத்தைப் பார்த்தா என்ன மாதிரி இருக்கும்? நான் யாரு சொல்லிடறேன். என் பேரு ராஜரத்தினம். ஓல்ஸேல் வியாபாரம். மிளகாய், வெல்லம்னு செஞ்சு நிறையத்தான் சம்பாதிக்கிறேன். ஆனா என் நெஞ்சில ஒரு பெரிய ஓட்டை இருக்குது பிரதர். அதனால் அந்த ஏக்கம்... அதை என்னான்னு சொல்வேன் - இச்சை, தாபம், தாகம்? என் கதை ஒண்ணுகூட இதுவரைக்கும் அச்சேறலையேன்னு ஏக்கம், எம் மேலேயே எனக்கு ஒரு வெறுப்பு...

ஆனா நான் எழுதினது ஒண்ணுமே இதுவரைக்கும் பிரசுரமான தில்லையான்னு கேட்டா ஆயிருக்குதுன்னுதான் சொல்வேன். ஒரு தபா ஆசிரியருக்குக் கடிதத்தில், 'காமத்தீ என்கிற கதைக்கு ஜெயராஜ் படம் ரொம்ப ஓவர் ஸார்! ச. ராஜரத்தினம்'னு ஒரு லெட்டர் போட்டு ஒரு காப்பிகூட ஃப்ரீயா அனுப்பிச்சாங்க. அப்புறம் 'பராசக்தியாரே! கருணை பெரியதா, காதல் பெரியதா?'ன்னு ஒரு கேள்வி-பதில் வந்திருந்தது என் பேர் போட்டு. ஆனா இதெல்லாம் போதுமா? நாலு பக்கம், அஞ்சு பக்கம் கதை எழுதி ஜெயராஜ், ம.செ., மாருதி, ராமு யாராவது படம் போட்டு வரவேண்டாமா? வந்து, அதை நான் பத்து பிரதி வாங்கி நண்பர்களுக்கெல்லாம் காட்டி, 'பாத்திங்களாடா? நான் எழுதினது வந்திருக்கு. நான் யார் தெரியுமா? எழுத்தாளன், சிந்தனைச் சிற்பி'ன்னு சொல்லிக்க வேண்டாமா? வரலியே! என் இலக்கிய முயற்சிங்களுக்கு வடிகால் தர இந்தப் பத்திரிகைத் தே- மகனுங்க மறுக்கறாங்களே! திருப்பித் திருப்பி அனுப்பிடறாங்களே!

நானும் என்ன என்னமோ செய்து பார்த்தேன். முதல்ல 'அரச மணி'ன்னு புனைபெயர்ல அனுப்பிச்சேன். அப்புறம் 'ஜே. மனோன்மணி திருநாவுக்கரசு'ன்னு ஃபாஷனா பேர் வெச்சுக் கிட்டேன். அப்புறம் 'எலுமிச்சை'ன்னு பேர்ல நகைச்சுவை எழுதிப் பார்த்தேன்... ம்ஹூம்.

தபால் பொட்டிங்களை மாத்திப் பாத்தேன். இடது கையால தபால்ல சேர்த்துப் பார்த்தேன். நம்ம ஃப்ரெண்டு சைனா பஜார்ல அட்லாஸ் சைக்கிள் ஏஜன்ஸி எடுத்திருக்கான் - செல்வ ராஜுன்னு அவனைவிட்டு தபால்ல சேர்த்துப் பார்த்தேன். பயன் இல்லை. திரும்பித் திரும்பி வந்துகிட்டே இருக்கு. தபால்காரரு வார்றாரு, 'நல்லதா கள்ளிப் பொட்டில ஒரு பெரிய தப்பால் பாக்ஸ் வெச்சிருங்களேன் தம்பி. சவுரியமாக இருக்கும்'னுட்டு...

'சே'ன்னு வெறுப்பாயிருச்சு. நிராகரிப்புங்கறது ஒரு கொடுமை ஸார். ஒருவித நிராசையாய்ப் போய், எங்க தப்புன்னு தெரியாம திணறிப் போய், இந்திப் பத்திரிகைக்காரங்களே திருட்டுத் - பசங்கன்னு முடிவுக்கு வந்துட்டேன்... செல்வராஜ் சொல்லு வான், 'இதுக்கெல்லாம் சிபாரிசு வேணும் வாத்யாரே. அவங் களுக்குத் தெரிஞ்ச மாமன் மச்சானா இருந்தாத்தான் போடுவான்!' என்ன ஒரு அநியாயம் பாத்திங்களா? இந்தப் பத்திரிகை ஆசிரியருங்க எல்லோரையும் வரிசையா நிக்க வெச்சு சுடணும். என்கிட்டத் துப்பாக்கியும் தைரியமும் இல்லே.

பேசாம கதை எழுதறதை நிறுத்திட்டு இன்னொரு வாட்டி 'ஒரு தலை ராகம்' பார்க்கலாம்னு கிளம்பின வேளையில இந்த விளம்பரம்.

'சுஜாதாவிடம் கற்றுக் கொள்ள!' சர்தான், சுஜாதா வராறா! அந்த ஆளு சுமாரான எழுத்தாளன்தான்; ஒத்துக்கறேன். அங்க இங்க படிப்பேன். வாத்யார்கிட்டே சரக்கு இருக்கலாம். அவருதான் லாண்டரி கணக்கு எழுதினாக்கூட போடறாங்களாமே! நிச்சயம் அவருக்கு இந்த ட்ரிக்கு தெரிஞ்சிருக்கணும். இதையும் கடைசி முறையா பார்த்துறலாம். இன்னொரு கடிதம் எழுதுனா என்ன நஷ்டம்னுட்டு உடனே பேப்பர் பேனா எடுத்து -

'அன்புள்ள த.பெட்டி 2355 அவர்களுக்கு! உங்கள் மேலான விளம்பரத்தை தினமணி நாளிதழில் கண்டேன். எனக்குக் கதை எழுதிப் பிரசுரிக்க மிகவும் ஆர்வம். உங்கள் கட்டணம் முதலிய மேல் விவரங்களைத் தயைகூர்ந்து கீழ்க்காணும் முகவரிக்கு எழுதவும். இங்ஙனம், ச. ராஜரத்தினம்'ன்னு எழுதினேன். ஒண்ணு கவனிச்சியா பிரதர், பேசறதுதான் இப்படிப் பேசறேனே தவிர, எழுதற தமிழ் எப்படி சுத்தமா கரிக்கட்டா வருது பாரு. தொண்ணூறு கதையில்ல?

தபால்ல சேர்த்த ரெண்டாவது நாள் பதில் வந்திடுச்சு.

> 'அன்புமிக்க ராஜரத்தினம்! உங்கள் கடிதத்திற்கு நன்றி. உங்கள் சமீபத்திய கதையின் பிரதி ஒன்றை எங்களுக்கு அனுப்பவும். அதன் தரத்தைப் பார்த்தபின்தான் சுஜாதா உங்களை எங்கள் பட்டறையில் அனுமதிப்பார். இதற்குக் கட்டணம் ஏதும் இல்லை. ஓர் இலக்கியச் சேவையாக சுஜாதா இதைச் செய்ய விரும்புகிறார்.'

அன்புடன்

அன்பரசன்

'செயலர், சுஜாதா சிறுகதைப் பட்டறை'ன்னு அட்ரஸ் கொடுத்து வந்திருச்சு! அந்தக் கடிதத்தைப் படிச்சதும் எனக்குள்ள ஒரு - அது என்ன சொல்றது - ஆர்வம் பொங்க ஆரம்பிச்சுடுச்சு. பொட்டி யிலே மடிச்சு மடிச்சு வெச்சிருந்த என் கதைகளை எல்லாம் எடுத்து அதுக்குள்ள நான் சிறந்ததுன்னு கருதற 'காதலுக்கு வேலி'யைத் தேர்ந்தெடுத்து ரிஜிஸ்தர் தபால்ல அந்த அன்பரச னுக்கு உடனே அனுப்பிட்டேன்.

ஆறு நாளாச்சு. பதில் இல்லை. எனக்கு என்னடாதுன்னு கவலை யாயிடுச்சு. மறுபடியும் நிராகரிப்பா? இல்லை. என் கதையைத் தான் அப்படி அலசிப் படிச்சிக்கிட்டிருக்காங்களா? படிக்கட்டும். என் தெறமையை அவுங்க புரிஞ்சுக்கட்டும்! எனக்குத் தகுதி இருக்குன்னு அவங்க புரிஞ்சுக்கட்டும். பொறு ரத்தினம், பொறு. ஆறு வருஷம் பொறுத்தே, ஆறு நா பொறுக்க மாட்டியா?

ஏழாவது நாள் பதில் வந்தது.

'அன்புள்ள ராஜரத்தினம்,

உங்கள் கதையைப் படித்தோம். பிரசுரமாவதற்கு உரிய தகுதிகள் எல்லாம் உங்கள் எழுத்தில் உள்ளன. கொஞ்சம் செப்பனிட்டு எழுதப்பட்டுவிட்டால் எந்தப் பத்திரிகையிலும் பிரசுரமாகும். எனவே, வரும் திங்கள்கிழமையன்று காலை ஒன்பது மணியளவில் நீங்கள் சுஜாதாவைக் கீழ்க்காணும் முகவரியில் வந்து சந்தியுங்கள். வரும்போது நல்ல பேனா, கோடிட்ட தாள்கள் சுமார் நாற்பது எடுத்து வரவும். நல்லாசிகள்.

- அன்பரசன், செயலர். சு.சி.ப.'

எனக்கு ரொம்ப மகிழ்ச்சி உண்டாயிருச்சு. தொண்ணூறு சிறுகதை கள் எழுதின கை, அந்த சந்தோசத்தில் விவரிக்க முடியலை. இதோ! எனக்கு ஒரு பாதை கிடைச்சுடுச்சு. அதுவும் யார்கிட்ட கத்துக்கப் போறேன்! அடேயப்பா, என் அதிர்ஷ்டம்டா! முயற்சி திருவினையாக்கும்னு வள்ளுவர் சொல்லலை? இல்லை, பாரதி தாசனா?

திங்கக்கிழமை காலைல எந்திரிச்சு குளிச்சுட்டு இரண்டு பேனா, நிறையவே காயிதம், அட்டை எல்லாம் எடுத்துக்கிட்டு புறப்பட் டேன். சமயத்தில் போய்ச் சேரணும்னுட்டு டாக்ஸி போட்டுக் கிட்டு எட்டரைக்கே போய்ச் சேர்ந்துட்டேன்.

அந்த விலாசம் ஒரு ஓட்டல்ல இருந்தது. நடுவாந்தரமான ஓட்டல். வாசப்பக்கம் ஏதோ லாட்ஜ்னு போர்டு மாட்டியிருந் தாங்க. அங்க உட்கார்ந்திருந்தவன்கிட்ட கேட்டா திருதிருன்னு முழிச்சான், அப்பதான் அந்தப் பக்கம் வந்த ஆசாமி உங்களுக்கு யார் வேணும்னு கேட்டாரு. அன்பரசன்னேன். அடட, இப்பவே வந்துட்டிங்களா! நீங்கதானே ராஜரத்தினம்னாரு. ஆமான்னேன். தனியா அழைச்சுக்கிட்டுப் போயி நாக்காலில உக்கார வெச்சாரு.

இன்னும் டயம் இருக்குதேன்னாரு. பரவாயில்லைன்னேன். அவர் வந்திருக்காரான்னு கேட்டேன். யாருன்னாரு. அதான் சுஜாதான்னேன். வந்திருக்கார் நீங்க உக்காருங்கன்னாரு.

அதுக்கு முந்தி சில விவரங்கள் வேணும்னாரு.

'கேளுங்க.'

'எத்தனை சிறுகதை எழுதியிருக்கீங்க?'

'தொண்ணூறு.'

'ஏதாவது பத்திரிகைல வந்திருக்கா?'

'இல்லை. ஆசிரியருக்குக் கடிதம் ஒண்ணும், கேள்வி பதில் ஒண்ணும் வந்திருக்கு. பாக்கறீங்களா?'

'பரவாயில்லை, இருக்கட்டும், சிறுகதைக்கு நீங்க எவ்வளவு எதிர் பாக்கறீங்க?'

'பிரசுரமானா போதும் பிரதர்'ன்னேன்.

'சேச்சே! அப்படியெல்லாம் நீங்க உங்களையே தாழ்த்திக்கக் கூடாது. சொல்லுங்க, எவ்வளவு எதிர்பார்க்கிறீங்க?'

'இருக்கட்டுமே, ஒரு எழுபத்தஞ்சு. அவுங்க சவுகரியப்படி. எனக்குக் காசு முக்கியமில்லை பிரதர். பேருதான்.'

'எந்தப் பத்திரிகையிலே வரணும்னு எதிர்பார்க்கிறீங்க?'

'ஏதாவது ஒண்ணுல.'

'ஏதாவது ஒண்ணுலன்னா, 'வேலூர் முரசு'லயா?'

'அப்படி இல்லே. சரி குங்குமத்தில.'

'குங்குமம். சரி, நீங்க என்ன தொழில் பாக்கறீங்க?'

'ஹோல்ஸேல் பிஸினஸ். மிளகா, வெல்லம், மண்ணெண்ணெ...'

'அப்படியா! அப்படின்னா பிஸினஸ் சம்பந்தமான சூழ்நிலை களில் நீங்க எழுத முடியும்!'

'மிளகாயைப் பத்தியா?'

'ஏன் அதிலகூட கதை இருக்கும்! கல்யாணம் ஆய்டுச்சா?'

'இல்லை.'

'காதல் செய்திருக்கீங்களா?'

'இல்லை, இன்னும் இல்லை.'

'காதலைப் பத்தியோ, பெண்களைப் பத்தியோ நேர் அனுபவம் இல்லை?'

'ம்... இல்லை... ஒரு முறை...'

'ஒரு முறை?'

'வேண்டாங்க, அதை எழுத வேண்டாங்க.'

'அதைத்தான் எழுதணும், சொல்லுங்க.'

'அது எதுக்குங்க. பக்கத்து வீட்டுப் பொண்ணுக்கு லெட்டர் எழுதி, அது அவங்க அத்தை கையில சிக்கிக்கிட்டு அவுங்க என்னைப் பாக்க வந்தது...'

'அதுகூட கதைதான்! சரி, இதுல குடுத்திருக்கிற விலாசம் உங்க வீட்டு விலாசம்தானா?'

'ஆமாங்க! தனியாத்தான் இருக்கேன்! வேற யாரும் வரலியா?'

'யாரு?'

'மாணவருங்க.'

'இன்னிக்கு நீங்க ஒருத்தர்தான். ஒரு நாளைக்கு ஒருத்தருக்குத் தான் சொல்லிக் கொடுப்போம். கொஞ்சம் இருங்க, வரேன்.' அன்பரசன் மாடிக்குப் போய்ட்டாரு. அஞ்சு நிமிஷம் அங்க இங்கே பராக்குப் பார்த்துக்கிட்டே இருந்தேன். அப்புறம் திரும்பி வந்தாரு. 'போங்க, மாடில ஒன்பதாம் நம்பர் ரூம்ல சுஜாதா உங்களுக்காகக் காத்திருக்காரு.'

மெள்ள மாடிப்படில ஏறிப் போனேன். எதிர்பார்ப்பில என்னோட இருதயம் ஒரு ரெண்டு படி முன்னாலேயே ஏறுது. அந்த ரூம் கதவைத் தட்டினேன். இல்லை 'டக் டக் கினேன்...' எப்படி?

வாங்கன்னு குரல் கேட்டுச்சு. கதவு திறந்தது.

பாத்தா ஒரு பொம்பளை நின்னுக்கிட்டிருக்கா.

‘மன்னிச்சுக்கங்க, இதானே ஒம்பது?’

‘ஆமாம், உள்ளே வாங்க.’

‘சுஜாதாவைச் சந்திக்கலாம்னுட்டு...’

‘நான்தான் சுஜாதா’ங்கறா அந்தப் பொண்ணு.

எனக்கு ஷாக்காயிருச்சு. என்னடா, ஒரு மீசை வெச்ச ஆளை எதிர்பார்த்தா, கச்சிதமா ஒரு பொம்பிளை நிக்குதே. என்ன இது. கேஸ் ரூட் மாறுதேன்னு ஆயிடுச்சு.

‘நீங்கள் எழுத்தாளர் சுஜாதாவை எதிர்பார்த்தீங்களா?’ன்னு அவளே கேட்டாள்.

‘ஆமாம்.’

‘நாங்க அப்படியா விளம்பரம் கொடுத்திருந்தோம்?’

‘இல்லை. ஆனாக்க...’

‘ஏமாற்றமா? உக்காருங்க. ஏன் நிக்கறீங்க!’ பொண்ணானா ஷோக்காத்தான் இருந்திச்சு. ஸன்னமா பாடி தெரியற மாதிரி, ரவிக்கை மேல பச்சைல, கரும் பச்சைல ஸாரி கட்டிக்கிட்டு, ஒரே ஒரு பொட்டு சின்னதா இட்டுக்கிட்டு. ‘எனக்குக்கூட எழுத்தைப் பத்தி நல்லாவே தெரியும். நானும் அண்ணன் அன்பரசனும் இந்தப் பட்டறை நடத்தறோம். இது எங்களுக்கு ஒரு வேள்வி மாதிரி... நல்ல எழுத்து எங்கே ஆப்படும்னு தேடிக்கிட்டிருக் கோம். உங்கள் ‘காதலுக்கு வேலி’யில சாத்திய கூறுகள் நிறையவே இருக்கு. ப்ளாட் நல்லா இருக்கு. நடை கொஞ்சம் மாத்தணும். ஆனா ஆதாரமா ஒரு விஷயம் இதுல இல்லை.’

அந்தப் பொண்ணு என் கதையை எடுத்து வெச்சுக்கிட்டு பென்சிலை வாயில் கடிச்சுக்கிட்டு முதல் பக்கத்தைப் பிரிக்க...

எனக்கு ஒரே பிரமிப்பாயிடுச்சு. எழுத்தாளர் வரலைன்னாலும் இந்தம்மா என்னதான் சொல்லுதுன்னு பார்க்கலாமே; ஏதாவது உப யோகமாக கிடைக்குதான்னு பார்க்கலாமேன்னு உக்காந்துக் கிட்டேன்.

'எடுத்த எடுப்பிலேயே! ஒரு பெண்ணை வர்ணிக்கிறீங்க. சரி. நல்ல ஆரம்பம். ஆனா நீங்க ஒரு பெண்ணைக் கிட்டத்தில பார்த்திருக்கீங்களா? சத்தியமா சொல்வேன் பார்த்ததில்லைன்னு.'

நான் யோசிச்சு... 'ம்... இல்லைதான்'னேன்.

'இப்ப நீங்க ஒரு பொண்ணை கிட்டத்தில பார்க்கறீங்க, இல்லையா?' அவ நாற்காலியை என் கிட்டக்க இழுத்துக்கிட்டு, 'எடுங்க பேப்பரை. என்னைப் பாருங்க. வர்ணிங்க. எழுதுங்க'ன்னு வச்ச கண் வாங்காம என்னையே பாக்கறா.

எனக்குக் கொஞ்சம் பேஜாராய்டுச்சி. அதேசமயம் அது புது மாதிரி யாவும் இருந்தது. சரி, எழுதிப் பார்க்கலாம்னு ஆரம்பிச்சேன்.

'இப்பதான் கதை ஆரம்பிக்குது. எழுதுங்க.'

நான் அவளைப் பார்க்கறேன். எழுதறேன். பார்க்கறேன். எழுதறேன். ஒரு பாரா முடிச்சுட்டேன்.

'என்ன எழுதியிருக்கீங்க, படிங்க!'

தயக்கமா இருந்துச்சு.

'ம்... படிங்களேன். இன்னும் எவ்வளவோ பாக்கி இருக்குது.'

படிச்சேன். 'அவள் பெயர் சுஜாதா. என் எதிரே உட்கார்ந்திருக்கிறாள். கரிய கூந்தல். நெற்றியில் ஒரு சின்னப் பொட்டு. மென்மையான கன்னங்கள்...'

'ஹோல்டான்! முதல்ல பேரை மாத்துங்க...'

சரின்னு சிரிச்சுட்டு அடிச்சுட்டு மோகினின்னு எழுதி, 'மோகினி! சரியா'ன்னேன்.

'நல்லது. அப்புறம் 'மென்மையான கன்னங்கள்'னு எழுதியிருக்கீங்களே, எப்பவாவது தொட்டுப் பாத்திருக்கீங்களா?'

'இல்லை.'

'தொடுங்க'ன்னு என் கையை எடுத்து அவ கன்னத்தில் வெச்சுக்கிட்டா. 'மென்மையாவா இருக்கு?'

'ஆமா'ன்னேன்.

‘அப்ப அந்த வரி இருக்கட்டும். மேலே எழுதுங்க. எதையும் நேர்முகமா வர்ணிக்கிறது எவ்வளவு சுலபம் பாருங்க.’

எப்படி? நான் மேலே எழுதினேன். இப்ப சரசரன்னு எழுத வரது... வர்ணனையைத் தொடர்ந்தேன். பாத்துக்கிட்டே வரேன். அவ பென்சிலைக் கடிச்சுக்கிட்டே ஆர்வமா பாக்கறா...

‘இருங்க! படிங்க.’

‘வேண்டாங்க.’

‘அட! என்ன வெக்கம்’னு எங்கிட்ட இருந்த காயிதத்தை வாங்கிப் படிக்கிறா...

‘சிறிய மூக்கு. உதடுகளில் லேசா ஒரு குறும்புப் புன்னகை. கழுத்தில் ஒற்றை மாலை அணிந்து அது அவள் மார்புக்குள் மறைந்திருந்தது.’

‘மார்புக்குள்ள மறையலை. மேலதான் படிஞ்சிருக்கு’ன்னு ஸாரியை விலக்கிக் காட்டினா. எனக்கு ஒரு மாதிரி ஆய்டுச்சு. ‘ம்... மேலே தொடர்ந்து வர்ணிங்க.’

‘கொஞ்சம் கஷ்டப்படுத்தும்.’

‘பாக்கறதை எழுதுங்களேன். இதில என்ன தயக்கம்?’

‘அந்தப் பொத்தானைப் போட்டுக்கிடுங்களேன்?’

‘ஓ, இதுவா. ஸாரி!’

‘இத பாருங்க. நேர் அனுபவம்னா இவ்வளவு நேர் அனுபவத்தை நான் எதிர்பார்க்கலை’ன்னேன்...

‘அப்ப இதைப் பத்தி எழுத வேண்டாமா?’

‘வேண்டாங்க. சென்ஸார் பண்ணிடுவாங்க.’

‘அப்ப விட்டுறுங்க. மேலே என்ன எழுத விரும்பறீங்க?’

‘வேண்டாங்க. கதை கொஞ்சம் வேற மாதிரி போவுது.’

‘என்ன வேற மாதிரி?’

‘அடுத்த பக்கத்தில அவங்க ரெண்டு பேரும் ஒரு கணத்தில் சபலத்தில தம்மை இழந்துர்றாங்கன்னு வரது!’

'சரி, அதுக்கென்ன இழந்துட்டாப் போச்சு!'

'என்ன இது?'

'இலக்கியங்க! வாங்க!'

அடுத்த பக்கம் என்ன! அதுக்கப்புறம் மூணு பக்கம் எழுதுற அளவுக்கு எனக்கு சமாச்சாரம் சேர்ந்துபோச்சு! சத்தியமா சொல்றேன். அந்த அனுபவம்... சும்மாச் சொல்லக் கூடாது... புது மாதிரியான சரக்குத்தான்.

'சட்டையைப் போட்டுக்கங்க'ன்னா. மாட்டிக்கிட்டேன். 'இப்ப எழுதுங்க. எப்படி அந்தக் கணத்தை வர்ணிக்க முடியறது பாருங்க'ன்னா!

தெய்வ வாக்கு! பேனா பிடிச்சு எழுத ஆரம்பிச்சா பறக்குது... நிஜமாவே இன்னைக்கு ஒரு அதிர்ஷ்ட தினம்தாங்க! இந்த மாதிரி ஒரு சந்தர்ப்பம் எவனுக்கு வரும். இந்த மாதிரி ஒரு அனுபவம் ஒரு சுகம்... கதையா எழுதினேன்! இல்லை. மின்னல்ல தேர்ந் தெடுத்த கவிதை! அட, இதில் இவ்வளவு விஷயம் இருக்குதா வாத்தியாரேன்னு ஒரே பிரமிப்பு...

'இப்ப என்ன?'

'அவனும் அவளும் ஒரு சினிமாப் போறாங்க.'

'போனாப் போச்சு! நூன் ஷோ ஏதாவது இருக்காதா?'

'மோகினி! இதுக்கெல்லாம் சார்ஜ்?'

'நீங்க உங்க கதை பிரசுரமாகி அதை அச்சில பார்த்தப்புறம் எனக்குக் கொடுத்தாப் போதும். உங்களுக்கு எவ்வளவு இஷ்டமோ அவ்வளவு கொடுங்க!'

'கதை மட்டும் வந்திருச்சு? உனக்கு ஆயிரம் ரூபா கொடுப்பேன்! அவ்வளவு வசதி இருக்கு எனக்கு?'

'அவ்வளவு வேண்டாங்க!'

'இல்லை. ஒரு நகை வாங்கித் தரேன்.'

'அதெல்லாம் அப்புறம். இப்ப கதை! சினிமால என்ன நடக்குது?'

'அவன் அவ காதுக்கிட்ட காதல் ரகசியங்கள் பேசறான்.'

'பேசலாம்.'

'அப்புறம் அவளை சினிமாவே பார்க்க விடறதில்லை.'

'விடாதீங்க!'

சினிமா போனோம். எழுதினோம். திரும்பி வந்தோம். 'அப்புறம் என்ன'ன்னு கேட்டா.

'மோகினியை அன்னிக்கு சாயங்காலமே கல்யாணம் செய்துக் கறான்.'

'அ! இது தப்பாட்டம். உங்க மூலக்கதையில அது இல்லை. அவங்க காதல் தோல்வி அடைஞ்சு பிரிஞ்சுடறாங்க! இல்லையா? கதையை மாத்தாதீங்க!'

'இல்லீங்க, மாத்திடலாம்!'

'கூடாது. பிரிவுன்னா என்னங்கறதையும் நீங்க அனுபவிச்சுப் பார்க்கணும். உங்களைப் பொறுத்தவரையிலும் நான் மோகினி. ஒரு கதாபாத்திரம் - பேப்பர் வடிவம்! நமக்குள்ள ஏற்பட்ட உறவு இரண்டு அன்னியர்கள் ரெயில்ல சந்திச்சுக்கற மாதிரிதான். இறங்கற ஸ்டேஷன் வந்தாச்சுன்னா ரெண்டு பேரும் பிரிஞ்சே ஆகணும். நமக்குள்ள இந்த விளையாட்டுக்களுடைய விதிமுறை களை அமைக்கிறது நீங்க எழுதின மூலக்கதை, 'காதலுக்கு வேலி!' அதைத்தான் நான் உங்களுக்கு நடத்திக் காட்டறேன். அதுதான் என் விதிமுறை. நாம பிரிஞ்சாகணும். சாயங்காலம் பிரிஞ்சப்புறம் இந்தப் பிரிவுங்கறது என்னன்னு உங்களுக்கு நேர் அனுபவம் ஏற்பட்டதும் கதையோட கடைசி பாராவை எழுதிடுங்க! எழுதி அனுப்பிடுங்க. அதுக்கப்புறம் நாம சந்திக்கக் கூடாது. கதை வெளிவந்து அது பிரசுரமானதும் அப்புறம் நானே உங்களுக்குக் கடிதம் எழுதறேன்! அப்புறம்தான் சந்திப்பு.'

'சன்மானம்?'

'சன்மானம் எல்லாம் அப்புறம்.'

'அப்ப?'

'நாம இப்ப பிரியறோம்.'

‘மோகினி! நான் உன்னைக் கடைசி முறையா ஒரே ஒரு தடவை தொட்டுர்றேனே’ன்னு கெஞ்சினேன்.

‘ம்ஹூம். கதைல அதெல்லாம் கிடையாது. முதல்ல தொடு விங்க. அப்புறம் ‘மறுபடி அவர்கள் தம்மை இழந்தார்கள்’னு ஆரம்பிச்சுடுவிங்க! நாள் பூரா தொட்டது போதாதா?’

‘பத்தலியே. பத்தலியே!’

‘அதுதான் வேணும். அப்ப இந்த தாபத்தை எழுதிப் பாருங்க. என்ன அருமையா எழுத முடியும் பாருங்க!’

சாயங்காலம் வீட்டுக்குத் திரும்பறபோது என் மனசு பூரா மோகினி ரொம்பி வழிஞ்சா! கதையோட முக்கால் பாகம் இது வரைக்கும் அவ கூடவே எழுதிட்டேன். இனி அந்தப் பிரிவு, சோகம் - அதைப் பத்தின கடைசி பாராதான் பாக்கி. அதை எழுதித் தீர்த்துறணுங்கற ஆவேசத்தில் வீட்டை நோக்கி ஓடறேன் - என்ன அருமையான கதாபாத்திரம் அந்த மோகினி! அவ கற்பனையா, நிஜமா, இலக்கியமா, இல்லை இன்றைய உலகமா! ராஜரத்தினம்? உடனே ஓடு, வீட்டுக்கு ஓடிப்போய் எழுது! தபால்ல சேத்துரு. கதை பிரசுரமானதும் காத்திருக்கப் போற அந்தப் பரிசை எண்ணிப் பாரு! பரிசு, ஆசிரியர் அனுப்பப் போற பணம் இல்லை. மோகினி! மோகினி!

வீட்டுக்குத் திரும்பி வந்து பைல இருந்த சாவியை எடுத்து... என்னடாது சாவியைக் காணோம்! எங்க விட்டுட்டேன்? ஹோட்டல்ல அந்த அறையில கழற்றினபோது கீழ விழுந் திருக்குமா? கதவோ பூட்டியிருக்கு! இன்னொரு சாவி? வீட்டுக் குள்ள அலமாரில இருக்கு! சரிதான், திரும்ப ஹோட்டலுக்குப் போகணுமா அவ்வளவு தூரம்...?

அதுக்குப் பதிலா ஏதாவது குச்சியை கிச்சியை வெச்சி அலமாரில இருந்து சாவி தெரிஞ்சா எடுத்துறலாம்னு ஜன்னல் வழியா எட்டிப் பார்த்தேன். திக்குன்னிச்சு!

ஹால் வேறமாதிரி இருந்துச்சு! ஏறக்குறைய காலியா இருந்துச்சு. என்னடாது, வேற வீடா? இல்லையே. என் வீடுதானே! பின்ன ரேடியோ எங்கே? காஸெட் எங்கே? ஸ்டீரியோ எங்கே? ஏன் அலமாரி திறந்து கிடக்குது? எனக்குப் புரியலை. பக்கத்து வீட்டுக்

காரர்களைப் போய்க் கூப்பிட்டு விசாரிச்சா, மத்யானம் டெம்போ வந்திருந்ததா சொன்னாங்க! 'டெம்போவா?'

படபடப்பில் பூட்டை உடைச்சுத் திறந்து உள்ளே போய்ப் பார்த்தா -

எட்டு வருசமா நான் சேர்த்து வெச்சிருந்த என் எல்லா சாமான் களையும் காணம்! துப்புரவா காலி பண்ணிக்கிட்டு போயிட் டாங்க!

அலமாரில பாங்கில கட்டறதுக்கு காஷ் வேற பத்தாயிரம் வெச்சிருந்தேன். அதைக் காணலை, தங்கச் சங்கிலி, மோதிரம், ரேடியோ, டீ.வி... அய்யோ! அய்யோ! அதை ஏன் கேக்கறீங்க. நான் அங்க பாடம் கத்துக்கிட்டிருக்கேன். இங்க யாரோ வந்து சூறையாடிட்டு... யாரோவா? இல்லை...

எனக்கு ஒரு சந்தேகம் ஏற்பட்டுது... கொஞ்சம் பாத்துக்கங்கன்னு பக்கத்து வீட்டுக்காரரு... அவரு ஆத்து ஆத்துப் போறாரு - அவர் கிட்ட சொல்லிட்டு உடனே அந்த அன்பரசனையும் மோகினியை யும் பார்க்க ஓடினேன்!

'அவங்களா! அவங்க அப்பவே காலி பண்ணிட்டுப் போயிட்டாங் களே!'

'அடப்பாவி! சரியாப் பாருங்க ஸார்!'

'ஓம்பதாம் நம்பர் ரூம்தானே சொல்றீங்க?'

'ஆமாம்.'

'அப்பவே போயிட்டாங்களே! ஒரு மணி நேரமாச்சு!'

நான் தலையைப் புடிச்சுக்கிட்டு உக்காந்துக்கிட்டேன்.

ஸார்! இதுவரை பொறுமையா என் கதையைக் கேட்டுக்கிட்டு வந்தீங்க! எனக்கு இப்பகூட அது மோசடியா, திருடினது வேற பார்ட்டி, இவங்க வேற பார்ட்டியான்னு கணிக்க முடியலை. போலீஸ்காரங்க சிரிக்கிறாங்க! அவுங்கதாங்கறாங்க. நம்ப முடியலை. அந்தப் பொண்ணு சொன்னது ஞாபகம் வர்றது... 'இப்ப நாம பிரிஞ்சுடறோம். உங்க கதை வெளிவந்து பிரசுரமான துக்கப்புறம் நானே உங்களுக்குக் காகிதம் போடுறேன். அதுக்கப் புறம் நாம் சந்திப்போம்'னு சொன்னாளே! அது நிஜமா?

அதுக்காகத்தான் அந்தைக் கதையை எழுதி குங்குமத்துக்கு அனுப்பிச்சுட்டேன்! இது பிரசுரமாகும்னு நம்பறேன். மோகினி! நீ பார்ப்பியா? கதையைப் படிச்சிட்டு வருவியா? அந்தத் திருட்டை ஏற்பாடு பண்ணினது நீ இல்லைதானே? வேற ஆளுங்கதானே? இதைப் படிச்சதும் வந்து சொல்லு மோகினி! திருடினது நாங்க இல்லைன்னு வந்து சொல்லிடு மோகினி! அது போதும்!

குங்குமம்

2. ஒரு கதை

உங்களுக்குக் கடவுள் நம்பிக்கை இருக்கிறதா என்பது பிரச்னை அல்ல. இந்தக் கதையைப் படித்ததும் கடவுள் நம்பிக்கை ஏற்படுமா என்பது பிரச்னை அல்ல. நம் தின வாழ்க்கையில் சில முரண்பாடுகள் உள்ளன. சில விஷயங்களைப் பகுத்தறிவு சொல்லும் இரண்டும் இரண்டும் நாலாக வேண்டிய கட்டாய நியதிகளின்படி அலச முடிவதில்லை. அப்படி ஒரு கேஸ் இந்தக் கதை.

ராஜு!

அலயஸ் அப்துல் கரீம், அலயஸ் ஜே. வீரபத்ர ஷர்மா, அலயஸ் ரகுநாத், அலயஸ் என்னவோ ஜில்லா ஜில்லாவாக அவனைத் தேடிக் கொண்டிருந்தார்கள். அவன் போட்டோ சில போலீஸ் அதிகாரிகளுக்கு தம் மனைவியரின் போட்டோவைவிட அதிகப் பரிச்சயம். அதாவது அவன் ஒரு போட்டோ. அதை வைத்துக் கொண்டு, அவனைச் சத்தியமாகப் பிடிக்க முடியாது. மாறுதல் அவன் தொழிலின் சாரம். அவன் தொழில் ஏமாற்றுவது. பம்பாயில் பிளாஸ்டிக் சாமான்கள் விற்றுக் கொண்டிருந்தவன், திடீரென்று பணம் பண்ண பிளாஸ்டிக் சாமான்கள் விற்பதைவிடச் சுலபமான சில வழிகள் - சர்க்கார் ஒத்துக் கொள்ளாத வழிகள் - இருப்பதை உணர்ந்து கொண்டான். 'என்னை ஏமாற்று' என்று நெற்றியில்

எழுதிக்கொண்டு எத்தனையோ பேர் இருக்கிறார்கள் இந்த தேசத்தில்!

ராஜு அவர்களை ஏமாற்றினான். மனசாட்சி பற்றிக் கவலைப் படவில்லை. அம்பாசடர் கார் திருடுவதிலிருந்து ஒழுங்காக அகர வரிசையில்தான் ஆரம்பித்தான். திருடி, நம்பர் பிளேட் மாற்றி, பாண்டிச்சேரியில் விற்றான். பிற்பாடு தலை மறைந்து, உத்திர பிரதேசத்தில் வெளிப்பட்டான். அங்கே அலகாபாத் பாங்கின் கிளை ஒன்றில் தைரியமாக ஒரு போலி டிராஃப்டை மாற்றினான். அதே தினம் ஒரு சோட்டேலாலிடம் தான் இரும்பு கண்ட்ரோல் அதிகாரி என்று லஞ்சம் வாங்கிக் கொண்டு, நாக்பூர் சென்றான். அங்கே ஒரு கிறிஸ்துவ மிஷன் பள்ளிக்கூடத்தில்...

ராஜுவின் தீரச் செயல்களைச் சொல்லிக் கொண்டே போனால் விடிந்துவிடும். அவனை அறிந்துகொண்டு விட்டீர்கள்; இனி... நகரலாம்.

★

இந்தக் கதை ஆரம்பிக்கிற சமயத்தில் (இரவு) ராஜு சென்னை, எழும்பூர் நிலையத்தில் விழுப்புரத்துக்கு டிக்கெட் வாங்கித் தன் பையில் பாக்கியிருந்த சில்லறையை எண்ணிப் பார்த்தான். நறுக்கு மீசை, படிய வாரிவிடப்பட்ட கிராப், நல்ல, சுத்தமான சட்டை, கண்களில் குறும்பு, நட்பு, நெற்றியில் சிறிய ஜவ்வாது பொட்டு, கையில் தொளதொளவென்று ஸீக்கோ கடிகாரம் (திருடியது), பையில் பார்க்கர் பேனா, நல்ல சலவை வேட்டி (பட்டை ஜரிகை போட்டது) மொத்தம் அவனிடத்தில் எண்பது ரூபாய், முப்பத்தாறு பைசா இருந்தது. போதாது. அவன் தன் அம்மாவைப் பார்க்க விழுப்புரம் போகிறான் (அம்மா: 'என் பிள்ளை பம்பாயில் பெரிய வேலையில் நிறையச் சம்பாதிக்கிறான்').

அம்மாவுக்கு இருநூறு ரூபாயாவது கொடுத்துவிட்டு வர வேண்டாமா? நேற்று அவனிடம் இருநூற்றுச் சொச்சம் இருந்தது. அதை ஏதோ ஓர் ஓரியண்டல் டான்ஸ்காரியைத் துரத்திக் கோட்டை விட்டான் ('உங்களுக்காகத் தனி டான்ஸ் ஆடணுங்களா?', 'டான்ஸ் வேண்டாம், வா!') ராஜு, ரயிலை நோக்கி நடந்தான். விழுப்புரம் போவதற்குள் இருநூறு ரூபாய் சேகரிக்க வேண்டும். பார்க்கலாம். சக பிரயாணிகளைப் பொறுத்தது... பெட்டிக்குள் ஜன்னலோரத்தில் துண்டு போட்டிருந்தது. அதன்

அருகில் மரியாதையாக உட்கார்ந்தான். எதிரே உட்கார்ந்திருந் தவரைப் பார்த்துச் சிரித்தான். ஒலிபெருக்கி பல பாஷைகளில் இன்னும் ஐந்து நிமிடங்களில் அந்த வண்டி கிளம்பப் போவதைப் பிளாட்பாரத்தில் இரைந்து கொண்டிருந்தது. ராஜு, தன் சக பிரயாணிகளைப் பார்த்தான். அந்த அம்மாள் நிறைய நகை அணிந்திருந்தார். மின்னும் தங்கம் இல்லை! தங்கமாக இருந் தாலும் அந்த ராத்திரியில் எங்கு கொண்டு மாற்றுவது? அந்தப் பெரியவர் பையில் பர்ஸ் தெரிந்தது. பெரியவரைப் பார்த்தான். கதர்ச் சட்டை, அழுக்கு வேட்டி, தகர டப்பா, ம்ஹூம். அந்த இளைஞன்? பதினைந்து ரூபாய்க்கு மேல் தேறாது. அந்தக் கணவன் மனைவி? ஒருவரை ஒருவர் ஒட்டிக்கொண்டு ரகசியம் பேசிக் கொண்டிருக்கிறார்களே. புதிதான கல்யாணம் போலும்! ராத்திரி தூங்க மாட்டார்கள். மற்றவர்கள் தூங்கக் காத்திருந்து மனைவியைத் தடவுவான்!

'சே? பாடாவதி வண்டிடா இது!' என்று ராஜு மனத்தில் சொல்லிக் கொண்டான். எழுந்து வேறு வண்டி பார்க்கலாமா? வண்டி கிளம்பப் போகிறதே?'

'வேலாயுதம்' என்று பக்கத்தில் குரல் கேட்டது. வாழைப்பழம் ஒன்றை உரித்துக்கொண்டே வந்து ஒருவர் உட்கார்ந்தார். மறுபடி 'வேலாயுதம்' என்று சொல்லிக் கொண்டார். துண்டு யாருதுங்க? என்றார்.

ராஜு அவரைப் பார்த்தான். விபூதிப்பட்டை, காதிலிருந்து காது வரை வெண்மைத் திட்டு. அதன் நடுவில் குங்குமச் சிவப்பு, கழுத்தில் குண்டு. அடர்த்தியான கேசம். புருவங்கள் அடர்ந்து, கூர்மையான நாசியின் ஆரம்பத்தில் ஒன்று சேர்ந்திருந்தன. ஜிப்பா அணிந்திருந்தார். சின்ன டிரங்க் பெட்டியைக் கீழே அனுப்பினார். வெற்றிலைப் பெட்டி வைத்திருந்தார். அதையும் கூட உட்கார வைத்து அதைத் திறந்து (கம் என்ற வாசனை) துளிர் வெற்றிலை எடுத்து அன்பாகத் தடவி...

அவர் சட்டென்று நின்றார். 'ஐயோ' என்றார். மாரைப் பிடித்துக் கொண்டார். அவர் கண்களில் திடீரென்று கவலை பாய்ந்தது.

'என்ன சார்?' என்றான் ராஜு.

'பை, பை, பை டிக்கெட் வாங்குகிற இடத்தில் வெச்சிட்டு வந்திட் டேன், ஸார் கொஞ்சம் இந்தப் பெட்டியைப் பார்த்துக்கங்க!'

சிறுகதை எழுதுவது எப்படி? | 25

என்று ஓரே தாவலாகத் தாவி, அந்தப் போலி நகை அம்மாளின் காலை மிதித்து, அந்த மாணவனின் பொம்மையைத் தட்டிவிட்டு, வண்டிக்கு வெளியே ஓடினார்.

ரயில் கிளம்ப முதல் மணி அடித்தது. ராஜு வெளியே ஓடிய அவரையே சுவாரஸ்யமாகப் பார்த்துக் கொண்டிருந்தான். அவர் பலரை இடித்து டிக்கெட் கொடுக்கும் இடத்தை நோக்கி ஓடி மறைந்தார்.

'என்ன ஆச்சு?' என்றான் மாணவன்.

பையை விட்டுட்டு வந்து விட்டார் என்று கதர்ச்சட்டை பதில் சொன்னது. அந்த அம்மாள், அந்தக் கணவன்-மனைவி, அந்த மாணவன், இளைஞன், ராஜு யாவரும் ஆவலுடன் அவர் வருகையை எதிர்பார்க்க, கார்டின் விசில் ஒலித்து மணி அடித்தது. எலெக்ட்ரிக் இஞ்சினின் ஹார்ன் ஒலித்தது.

வண்டி மெதுவாக நழுவ ஆரம்பித்தது.

இன்னும் வரலையே?

அவர் மறுபடி தென்பட்டார். ராஜு உடனே எழுந்திருந்து வண்டியின் வாசலுக்குச் சென்றான். அவர் கண்களில் பயத்துடன் வண்டியை நோக்கி ஓடி வந்தார். தன் கம்பார்ட்மெண்டைத் தேட, ராஜு 'இங்கே வாங்க' என்று கத்தினான். அவனைப் பார்த்து மிக வேகமாக ஓடி வர, பிளாட்பாரத்தில் பலர் நின்று வேடிக்கை பார்க்க, ராஜு அவரை அணைத்து உள்ளே ஏற்றிக் கொண்டான்.

★

வண்டி இப்போது வேகம் பிடித்தது.

அவர் நின்றவாறே மாரைப் பிடித்துக்கொண்டு ரேஸ் குதிரை போல் இரைந்தார். எச்சிலை விழுங்கினார். பேச முடியவில்லை. வாய், மூக்கு, காது எல்லாவற்றிலும் மூச்சுவிட வேண்டும்போல இருந்தது அவருக்கு.

'முதல்லே போய் உட்காருங்க' என்றான் ராஜு. அவர் உட்கார சைகை காட்டி, கணவன் மனைவியின் கூஜாவைக் காட்டி தண்ணீர் கேட்டார். ராஜு அவர் அருகில் உட்கார்ந்தான்.

அவர் மடக் என்று தண்ணீர் குடித்தபின் சற்று ஆசுவாசப்படுத்திக் கொண்டார்.

'பை கிடைச்சுதா?' என்றார் கதர்ச்சட்டை.

'கிடைச்சிடுத்து.'

'அப்ப ஆளை விடுங்க! இந்த வயசிலே என்ன ஓட்டம் ஓடினீங்க.'

'எங்கே விட்டிருந்தீங்க?' என்றான் ராஜு.

'சொல்றேன்' என்று சரியாக உட்கார்ந்து, மூச்சு பெரிசாக விட்டுச் சுதாரித்துக் கொண்டார். 'முருகா' என்றார். அவர்கள் பேசக் காத்திருந்தார்கள்.

'டிக்கெட் வாங்கப் போனேனா, வாங்கற இடத்துலேயே பக்கத்திலே பையைக் கீழே வெச்சுட்டு வந்திருக்கேன். பாக்கிச் சில்லறை எண்ணற மறதி, என்ன மறதி!'

'பை அங்கே இருந்ததா?' என்றான் ராஜு.

'ஆமா ஸார்! அந்த இடத்திலே இருந்தது. ஒருத்தரும் எடுக்கலை. அந்த இடத்திலே அதுக்குள்ள ஒரு நூறு பேராவது வந்து போயிருப்பாங்க' என்றவர் பையை எடுத்து மடியிலே வைத்துக் கொண்டார்.

'இந்தப் பைக்கா இந்த ஓட்டம் ஓடினீங்க' என்றார் கதர்ச்சட்டை. 'ஸார், உங்களை அலாக்கா உள்ளே வாங்கிட்டார். இல்லாட்டா விழுந்து அடிபட்டிருப்பீங்க.'

'ரொம்ப தாங்க்ஸ் ஸார், நீங்க என்னைக் காப்பாத்திருக்கீங்க.'

'பாருங்க. அந்தப் பைக்காக இந்த ஓட்டமா? என்று அவர் கேட்டார். ஓட வேண்டியது அவசியமா போச்சு ஸார். இந்தப் பையிலே பணம் வெச்சிருந்தேன்.'

ராஜு சற்று நிமிர்ந்தான்.

'என் பணம் இல்லை. என் அப்பன் முருகன் பணம்! கோயில் பணம்!'

'அடாடாடா?' என்றார் கதர்ச்சட்டை. 'நிறைய பணமோ?'

'ஆமா சார். இருநூற்றுச் சொச்சம் ரூபாய். எங்க திட்டக்குடி கிராமத்திலே ஒரு சின்ன கோயில் கட்டறோம். அதுக்காக

சிறுகதை எழுதுவது எப்படி? | 27

மெட்ராஸிலே ஒரு பக்தர் கொடுத்தார். எனக்குத் தெரிஞ்சவர். டேசன்லே கொண்டுவந்து அவர் டிரைவர் அவசரமாகக் கொடுத்துட்டுப் போனார். அதை அப்படியே பையிலே போட்டுக்கினேன். அப்புறம் பெட்டியிலே வெச்சுக்கலாம்னு! அதுக்குள்ள என் அப்பன் குமரன் இந்தக் கிழவன்கிட்டே விளையாடிட்டான்.'

'கோயில் பணம் சாமி. பணம் போகவே போகாதுங்க' என்றார் கதர்ச்சட்டை.

'அப்படித்தான் ஸார். அந்த இடத்திலே அப்படியே அநாதியாகக் கிடந்தது பை. எல்லாரும் பார்த்திருக்காங்க. பார்க்க முடியும். ஒருத்தன் தொடலை!'

'ஆச்சரியந்தாங்க.'

ராஜூ அந்தப் பையின்மேல் கவனமாக இருந்தான். அது இன்னும் அவர் மடியில்தான் இருந்தது.

'பணம் கடவுள் பணம். அதான் கெட்டுப் போகலை.'

'கெட்டுப் போகாது.'

'அப்படிக் கெட்டுப் போனாகூட எப்படியாவது திரும்பி வந்திடும். என் லைப்லே ஒரு கேஸ் இப்படி ஆச்சுங்க. தொளாயிரத்து அறுபத்து எட்டிலே...'

அந்த இளைஞன் இப்போது குறுக்கே பேசினான்: 'ஸார் இது சாதாரண நிகழ்ச்சி.'

'எதுப்பா' என்றார் முருக பக்தர்.

'இதுதான்! டிக்கெட் வாங்க வர்றவங்க திருடர்கள் இல்லே. திருடன் டிக்கெட் வாங்க மாட்டான். அவங்க அவசரத்திலே இருப்பாங்க. அதனால் கோயில் பணமா இருந்ததனாலே இது தொலையலே, வேற பணமா இருந்தா தொலைஞ்சிருக்கும் என்கிறதெல்லாம் நாம் அப்புறம் கொடுக்கிற விளக்கம்.'

'தம்பி உங்களுக்கு எத்தனை வயது?'

'இருபது.'

‘இன்னும் நீங்க வாழ்க்கையிலே பார்க்க வேண்டியது நிறைய இருக்கு.’

‘ஒரு தற்செயலான விஷயத்துக்கு இப்படித் தெய்வீகம் கொடுக்கறீங்களே, இது மூட நம்பிக்கை இல்லையா?’

‘இல்லை தம்பி! நீங்க டிகேயா?’

‘பார்த்தீர்களா? உடனே என்னைப் பாகுபடுத்தறீங்க. கட்சிக்குள்ளே அடைக்கிறீங்க. நான் சொந்தமாகச் சிந்திக்கக் கூடாதா? மத்தவங்க சொல்லிக் கொடுத்துதான் சிந்திக்கணுமா?’

ராஜு பேசவே இல்லை. கேட்டுக் கொண்டிருந்தான்.

‘தம்பி உங்களுக்கு அனுபவம் வேணும். அதுதான் சொல்றேன்.’

‘எனக்கு ஏற்பட்ட ஓர் அனுபவத்தைச் சொல்லட்டுமா? எங்க அண்ணா உழைச்சு சம்பாதிச்ச காசு, அவர் மாசச் சம்பளம். அத என்கிட்ட கொடுத்து பாங்க்கிலே கட்டச் சொன்னார். உங்க மாதிரிதான் தோல் பையிலே வச்சிருந்தேன். பஸ்லே போனேன். பஸ்லே மறந்து விட்டுட்டேன். அது கிடைக்கவே கிடைக்கல்லை. அதுக்கு என்ன சொல்றீங்க. நல்ல வழியிலே சம்பாதிச்ச காசு தொலையவே தொலையாதுங்கறாங்களே! எங்க அண்ணா சம்பாதிச்சது நல்ல வழியில்லையா சொல்லுங்க...’

‘உங்களோட அஜாக்கிரதையாலேதான்...’ என்று ஆரம்பித்தார் கதர்.

‘தம்பி, என் முருகன் மேலே நம்பிக்கை வைங்க. அந்தப் பணம் உங்களுக்கு நிச்சயம் திரும்பிவிடும்.’

‘அது தொலைஞ்சு ஒரு வருஷமாச்சு! அதனாலே என் லைஃப் எப்படி மாறிப்போச்சு தெரியுங்களா? எங்க அண்ணி அதை நான் செலவழிச்சுட்டேன். பொய் சொல்றேன்னு சொல்ல, நான் வீட்டைவிட்டு வெளியே வந்து... எத்தனையோ ஆய்டுச்சுங்க! அது இனிமே திரும்பி வந்தாக்கூடப் பிரயோசனம் இல்லே.’

‘தம்பி, நீங்க என்ன செய்யறீங்க இப்ப?’

‘ஓர் அச்சாபீஸிலே வேலையா இருக்கேன்.’

‘பார்த்தீங்களா! நீங்க அந்தத் தொழில்லேயே முன்னுக்கு வருவீங்க. பிற்காலத்திலே நிறைய சம்பாதிக்கப் போறீங்க. அப்ப

தெரிஞ்சுப்பீங்க. அன்னிக்கு நான் அந்த ரூபாயைத் தொலைக் கலைன்னா, நான் வீட்டைவிட்டுப் போயிருக்க மாட்டேன். வேலை தேடி வேலையும் கிடைச்சு அப்படி முன்னுக்கு வந்திருக்க மாட்டேன்னு தெரிஞ்சுக்குவீங்க.'

அவன் சிரித்தான்.

'தம்பி உங்களுக்குப் பிற்காலத்தில் விளங்கும். இந்த உலகத்திலே ஒவ்வொரு துக்கத்துக்கும் ஒரு காரணம் இருக்கிறது. ஓர் அர்த்தம் இருக்கிறது.'

'பார்க்கலாம்' என்றான் இளைஞன்.

'இப்ப நான் பையைத் தொலைச்சேனே, தொலைச்சு மறுபடி கிடைச்சுதே! இதுக்கெல்லாம் ஓர் அர்த்தம், காரணம் இல்லைன்னு சொல்றீங்களா? இருக்கு. அது பிற்பாடு தெரியும். நீங்க என்ன சொல்றீங்க, நீங்க பேசவே இல்லையே?' என்றார் ராஜு நோக்கித் திரும்பி.

'நீங்க சொல்றது சரிங்க' என்றான்.

'பார்த்தீங்களா?'

'தொளாயிரத்து அறுபத்தெட்டிலே' என்று கதர்ச்சட்டை மறுபடி தன் கதையை ஆரம்பித்துப் பார்த்தார்.

பெரியவர் அந்தப் பையிலிருந்து ஒரு காகிதக் கவரை எடுத்துக் கீழே இருந்த சூட்கேஸைத் திறந்து, அதன்மேல் தென்பட்ட துணி மடிப்பை விலக்கி, அதைச் செருகி, மறுபடி பெட்டியை மூடுவதைப் பார்த்தான் ராஜு. அந்தப் பெட்டியைச் சீட்டுக்கு அடியில் வைப்பதைப் பார்த்தான். மிகச் சுலபமான பூட்டு. பெரியவர் திட்டக்குடி என்றார். அப்படி என்றால் விருத்தாச்சலம் வரை போவார். நிறைய சமயம் இருக்கிறது...

தாம்பரத்தில் பெரியவருக்கு ராஜு, சாம்பார் சாதமும் தயிர் சாதமும் வாங்கிக் கொடுத்தான். 'நீங்க சௌகரியமாகப் படுத்துக் குங்க. நான் தூங்கமாட்டேன்'என்றான். தம்பதிகள் ஓரத்தில் ஒதுங்கி இன்னும் பேசிக் கொண்டிருந்தார்கள். தூங்கி விடுவார் களா? தூங்கா விட்டால் சற்று ரிஸ்க்! பெட்டி அவன் உட்கார்ந் திருந்த இடத்துக்கு அடியில்தான் இருந்தது. தூங்குவது போல்

பாவனை செய்து குனிந்து கொள்ளலாம் அல்லது தரையில் படுத்துவிடலாம். ஆம், தரையில் படுத்து விடலாம்.

★

ராஜு நடு ராத்திரியில் விழுப்புரத்தில் இறங்கினபோது பெரியவர் சன்னமாகத் தூங்கிக் கொண்டிருந்தார். கதர்ச்சட்டை குறட்டை விட்டுக் கொண்டிருந்தார். மனைவி, கணவன் மடியில் உறங்கிக் கொண்டிருந்தாள்.

ராஜு பெரியவரை எழுப்பி, ‘ஐயா நான் போயிட்டு வரேன்.’ என்றான்.

அவர், ‘அப்படியா? நல்லா இருங்க தம்பி. என்னை வண்டியிலே உள்ளே இழுத்து ஏத்திவிட்டதுக்கு வந்தனம்’ என்றார்.

‘வந்தனம்’ என்றான் ராஜுவும்.

டிக்கெட்டைக் கொடுத்துவிட்டு வெளியே வந்த ராஜு ஸ்டேஷன் அருகில் மெல்லிய இருட்டில் நடந்தான். சிரித்துக் கொண்டான். முதலில் மெதுவாகச் சிரித்தான். பிறகு வாய் விட்டுச் சிரித்துக் கொண்டான். பெரியவர் பெட்டியிலிருந்து திருடிய அந்தச் சிறிய காகிதக் கவர் இருந்தது. தெரு விளக்கு வெளிச்சத்தில் நின்று அதைப் பிரித்துப் பார்த்தான்.

அதில் இரண்டு நூறு ரூபாய் நோட்டுக்களும், ஒரு ரூபாய் நோட்டும் இருந்தன. அம்மாவுக்காக.

‘அப்ப நான் பையைத் தொலைச்சேனே, தொலைச்சு மறுபடியும் கிடைச்சுதே. அதுக்கெல்லாம் ஓர் அர்த்தம், காரணம் இல்லைன்னு சொல்றீங்களா? இருக்கு. நிச்சயம் இருக்கு. அது பிற்பாடு புரியும்...’

‘பெரியவரே காரணம் இருக்கு! காரணம், மறுபடி திருட்டுப் போவதற்கு! காரணம், உங்க பக்கத்திலே உட்கார்ந்திருந்த எனக்குத் தகவல் தெரிஞ்சு நான் அதைத் திருடுவதற்கு, அதான் காரணம். அதான் காரணம்!’

‘கோயில் பணம், சாமி பணம் போகவே போகாதுங்க.’

‘சாமி என்ன கணக்கெழுதறாரா? எழும்பூர் ஸ்டேஷன்லே என் பக்தன் என் பணம் இருநூற்றி சொச்சம் ரூபா வெச்சிருக்கான்.

ராத்திரி வண்டியிலே போறான். அது தொலையாம பார்த்துக் கணும்னு...!' சிரித்தான். நானும் பக்தன்தான். பரம பக்தன். ஒரு பக்தன் கிட்டேயிருந்து மற்றொரு பக்தனுக்குக் கைமாறிப் போச்சு. ஏண்டா ஊரை ஏமாத்துறீங்க? மெயின் ரோடை விட்டுச் சந்தில் திரும்பும்போதுதான் தூக்கத்திலிருந்து எழுப்பப் போகும் அம்மாவின் ஞாபகம் வந்தது. கொஞ்ச நாளைக்கு நல்ல பிள்ளை; பம்பாய்ப் பிள்ளை.

யாரு ராஜுவா என்று இருட்டுத் திண்ணையிலிருந்து குரல் கேட்டது. கோபால், மூலை வீட்டுக் கோபால்.

'ஆமாம், கோபால்! இப்பத்தான் வரேன்.'

'தந்தி கெடச்சுதா, உனக்கு?'

'தந்தியா!'

'ராஜு உனக்குத் தெரியாது?'

'என்னடா?'

'உங்க அம்மா போயிட்டாங்களே.'

'என்னது?'

★

அவன் மேல் ஆயிரம் இடிகள் விழுந்தன. செவிப்பறையில் சண்டமாருதங்கள் மோதின என்று சொல்வதெல்லாம் வெட்டி. உங்களில் பலர் கிட்டத்து உறவினர்களையோ, ஏன் தாய், தந்தையரையோ இழந்திருப்பீர்கள். இந்தத் துக்கத்தின் ஆழம் உங்களுக்குப் புரியும். கதையின் விஷயம் அது அல்ல.

ராஜுவின் அம்மாவின் காரியங்களுக்காகச் சரியாக இருநூற்று ஒரு ரூபாய் செலவழிந்து போனதே! அதுதான்.

தினமணி கதிர்

3. ரேணுகா

ஐந்தரை மணிக்குக் குழந்தை எழுந்து படுக்கை நடுவில் சம்பிரமமாக உட்கார்ந்து கொண்டு அழுதது. தூக்கம் கலைந்த கணவன், 'சனியனைத் தூக்கிண்டு எங்காவது ஒழி' என்றான். பசி அழுகை அது. ஆறு மணிக்குப் பால் வரும்வரை நிறுத்தாமல், முதல் கிண்டி உள்ளே சென்றால்தான் அடங்கும். என்னதான் தட்டினாலும் 'ஜோ ஜோ' கொட்டினாலும் 'கண் ணோல்லியோ' சொன்னாலும் சரிப்படாது.

குழந்தையைப் பொறுக்கிக் கொண்டாள். அறைக் கதவை மூடிவிட்டு அழுகிற குழந்தையுடன் பால் பாத்திரத்துடன் வாசலுக்கு வந்து நின்றாள். எதிரே குடிசைகளுக்குப் பின்னால் வானம் காயம்பட்டிருந் தது. சரக் சரக் என்று ஊசி நிரடும் சத்தம் கேட்டு 'நாங்க புதுசா ஆஆ...' என்று தொடங்கியது ஒலிப் பெருக்கி. தூக்கம் கண்ணில் கனத்தது. காதருகில் குழந்தை ராகம் பாடிக்கொண்டு அலுப்பு இல்லாமல் அழுதது. அப்படியே குழந்தையையும் பால் பாத்திரத்தையும் போட்டுவிட்டு ஓடவேண்டும் போலிருந்தது அவளுக்கு.

சைக்கிளில் பால் அரை லிட்டர் வாங்கிக் கொண்டு உள்ளே வந்தாள். குழந்தையை இடுப்பைவிட்டு இறக்காமல் ஸ்டவ் பற்ற வைத்தாள். சீமெண்ணெய் இல்லாது 'பக் பக்' என்றது. வாசற் பக்கம் வந்து

அடுத்த வீட்டுக் கதவைத் தட்டினாள். நேரம் கழித்து கதவு திறந்து அந்தப் பெண் டிரஸ்ஸிங் கவுனில் நின்று 'என்ன?' என்றாள்.

'கொஞ்சம் மண்ணெண்ணெய் வேணும் சுகி!'

'என்னங்க! தூக்கத்தைக் கெடுத்துட்டிங்களே! சாயங்காலமே வாங்கிக்கக் கூடாதா?'

'மன்னிச்சுக்கங்க!'

'தினம் கடன்!'

'சேத்து வெச்சு கணக்குப் பார்த்துக் குடுத்துடறேன்.'

'ஆமா, குடுத்தீங்க!'

ப்ளாஸ்டிக் குவளை நிறை மண்ணெண்ணெய் கொண்டு வந்து, ஸ்டவ் நிரப்பி, பற்றவைத்து, பால் பொங்கக் காய்ச்சி ஆற வைத்துப் புகட்டும் வரை விடாது அழுது கொண்டிருந்த குழந்தை, ஸ்விட்ச் போட்டாற்போல் நிறுத்தி, அரை விட்டரையும் குடித்து விடும் அளவுக்கு 'ங்கா, ங்கா' என்றது.

வாயைத் துடைத்து ஒரு ஸ்பூனைக் கையில் கொடுத்துக் கீழே விட்டாள். அதைக் குழந்தை தரையில் தட்டித் தட்டி விளையாட ஆரம்பிக்க, கிடைத்த தாற்காலிக நிம்மதித் தீவில டீ போட்டாள். பாத்ரூமுக்கு வந்து விறகடுப்பில் வெந்நீர் வைத்தாள். முன் அறைக்கு வந்து கணவனை எழுப்பாமல் சட்டை பாண்ட் துவைத்திருந்ததைச் சேகரித்துக்கொண்டு இஸ்திரிப் பெட்டியைத் தட்டிவிட்டு, குக்கர் பாத்திரம் தேய்த்து வைத்துக் கொண்டாள்.

கணவனது ஆடைகளுக்கும் மூத்த மகன் சீருடைக்கும் இஸ்திரி தேய்த்துவிட்டு மணி பார்த்தாள். 6.30 மணி. அரை மணியில் பஸ் வந்துவிடும். இன்னும் அவர் எழுந்திருக்கவில்லையே!

போர்வையை விலக்கி, 'எழுந்திருங்க. நாழி ஆய்டுத்து' என்று லேசாக அவனை அசக்கினாள். திரும்பிப் படுத்துக்கொண்டு, 'விடு. நான் இன்னிக்கு ஆபீஸ் போகலை' என்றான்.

'ஏன் லீவா?'

'இல்லை. எனக்கு லீவ் நிறைய இருக்கு. நான் போகலை.' மறுபடி போர்த்திக் கொண்டான்.

அவன் ஆபீஸ் போகவில்லை என்றால் வீட்டு வேலைகள் எல்லாம் தலைகீழாகி விடும். எழுந்திருப்பதற்குள் ஒரு பாதி துணியாவது தோய்த்துவிடலாம் என்று ஆணியில் மாட்டியிருந்த சட்டை, பனியன், பைஜாமா எல்லாவற்றையும் சேகரித்துக் கொண்டு பாத்ரூமுக்கு வந்தாள்.

கணவனின் சட்டைப் பையில் ஒரு கடிதம் இருந்தது. ஆபீஸ் கடிதம் போலிருந்தது. பிரித்துப் பார்த்தாள்.

மெமோ என்று போட்டு, அடிக்கோடிட்டு, கணவன் பெயர், வீட்டு விலாசம் எழுதி புரியாத முத்திரைகள் எண்களுக்கு அப்புறம்...

'நிர்வாகம் உங்களை வேலையிலிருந்து நீக்குவதற்கு உத்தேசித் திருக்கும் காரணங்கள் வருமாறு:

1. ஆபீஸ் பணம் ரூ.5,360க்கு போலி ரசீதுகளும் வவுச்சர்களும் சமர்ப்பித்தது.

2. ஆபீஸ் வண்டியைச் சொந்த உபயோகத்திற்குப் பயன் படுத்தியது.

3. உயர் அதிகாரிகளுடன் சென்ற மாதம் 3, 18, 19, 23 தேதிகளில் தரக்குறைவாகப் பேசி, அவர்கள் நியமித்த நியாயமான பணிகளை மறுத்தது...'

மேலே படிக்கப் பயமாக இருந்தது. இரண்டு பயம். வேலை போய் விட்டதா, இனி சம்பளம் வருமா என்கிற பயம் ஒன்று; இரண்டு. தான் இதைப் படித்து விட்டதைத் தெரிந்து கொண்டதும் கணவன் என்ன செய்வான் என்கிற பயம். உடம்பு பதறிப்போய் ஒருமுறை கணவனை வந்து பார்த்தாள். நெற்றியைச் சுருக்கிக்கொண்டு படுத்திருந்தான்.

வேலை ஓடவில்லை. குழந்தை மறுபடி அழ, அதை இடுப்பில் தூக்கி வைத்துக் கொண்டாள். 'ஐயாயிரமா? என்ன செய்தார். சகவாசம் சரியில்லை. ஒரு நாள் வாசனை அடித்தே! ஆபீஸ் வண்டியில் எங்கே போனார்?'

எழுந்து வந்தான். டீ சாப்பிட்ட பிறகு கேட்கலாம். கேட்டுத்தான் ஆக வேண்டும். இப்போது வேண்டாம்.

ஒரே திசையில் பார்த்துக்கொண்டு பல் தேய்த்தவனைச் சூரிய வெளிச்சம் நெற்றிக் கோடுகளையும் முன் மண்டை நரையையும் ஸ்பஷ்டமாகக் காட்டியது. மௌனமாக டீ சாப்பிட்டான். குழந்தை அவனைப் பார்த்துச் சிரித்து 'ப்பா' என்றது. கவனிக்க வில்லை. சிகரெட் பற்ற வைத்துக்கொண்டு புறக்கடைப் பக்கம் போனான். சுரேஷை எழுப்பி நடத்தி முகம் கழுவச் செய்தாள். தூங்கி வழிந்தவனைத் தலையில் தட்டி, 'பள்ளிக்கூடம் போகணும்' என்றாள்.

கணவன் திரும்பி வந்து தரையில் உட்கார்ந்தாள். சற்று நேரம் அவனையே பார்த்தாள். முதன்முறையாக நிமிர்ந்து 'என்ன பாக்கறே? வீட்டு வேலை ஏதுமில்லையா?' என்றான்.

'உங்களை வேலைல இருந்து எடுத்துட்டாளா?'

'யார் சொன்னது?' என்றான், திடுக்கிட்டு.

'பையில கடுதாசி பாத்தேன். அதில் ஏதோ சஸ்பெண்டு அது இதுன்னு எழுதியிருந்தது. சரியாப் புரியலை.'

அவன் முகத்து அத்தனை தசைகளும் உக்கிரத்துக்கு ஒத்துழைத்தன. 'எப்பவும் என் பையை நோண்டறதுதான் உனக்கு வேலையா?'

'துணி தோய்க்கறதுக்கு எடுத்தேன்.'

'என்ன புரிஞ்சுண்டே?'

'உங்களை வேலையில இருந்து...'

'ஆமாம். என்னை சஸ்பெண்ட் பண்ணிருக்கா!'

'திருப்பி எடுத்துண்டுடுவாளோல்லியோ?'

'திருப்பி எடுத்துக்கறான்? அறிவு கெட்டவளே, வேலை போகப் போறதடி! அவ்வளவுதான். க்ளோஸ்! சுத்தம்! என்க்வைரி நடத்தப் போறா!'

'என்ன ஒரு அநியாயம் பார்த்தீங்களா? குடுக்கற சம்பளத்துக்கு மாடா உழைக்கிறவாளை இப்படி அபாண்டமா பழி சொல்லி...'

இந்த வாக்கியம் அவனைச் சற்று நிதானப்படுத்தியதுபோல், 'என்ன பண்றது நல்லவனுக்கு இப்ப காலமில்லையே. அதில் எழுதியிருக்கிறதெல்லாம் நிஜம்னு நினைச்சுண்டிருக்கியா?'

'இல்லவே இல்லை. உங்களை எனக்குத் தெரியாதா?'

'எல்லாம் பச்சைப் பொய்! நான் விட்டுடுவேனா? ஏண்டா டேய் சஸ்பெண்டா பண்றிங்க. திரும்ப அதே மானேஜ்மெண்ட் என்கிட்ட நாலு காலாலவும் தவழ்ந்து வந்து தெரியாம மெமோ கொடுத் துட்டோம், திரும்பி வா வேலைக்குன்னு கேக்கற வரைக்கும் இதை விடுவேனா? என்னன்னு நினைச்சுண்டிருக்காங்க பச்சைத்... ராஸ்கல்ஸ்! ஒண்ணாம் நம்பர் பொறுக்கிப் பசங்க.'

'சம்பளம் வராதா?'

'சஸ்பென்ஷன்ல இருக்கிற வரைக்கும் பாதி வரும் நமக்கு. ஜெயிச்சவுடன் எல்லாம் சேர்த்து வெச்சு வந்திடும்.'

இன்னொரு சிகரெட் பற்ற வைத்துக் கொண்டான். 'நான் போய் ஒரு யூனியன் ஆசாமியையும் வக்கீலையும் பார்த்துட்டு வரணும். வெந்நீர் போட்டிருக்கியா?'

'போட்டிருக்கேன். உப்புமா கிளறித் தரேன்.'

'எவ்வளவு சப்போர்ட் இருக்கு தெரியுமா எனக்கு? நினைச்சா ஆபீசையே ஸ்ட்ரைக் பண்ண வெக்க முடியும் என்னால...' அவன் மடியில் சாய்ந்த சுரேஷை 'கொஞ்ச நாழி சும்மா விடுடா என்னை' என்று உதறித் தள்ளினான்.

உப்புமா சாப்பிட்டுவிட்டு, அவசரமாய் பேண்ட் மாட்டிக் கொண்டு கிளம்பும் சமயம், 'பணம் பத்து ரூபா வேணும், இருக்கா?' என்றான்.

தயக்கத்துடன் 'இல்லை' என்றாள்.

'முந்தாநாதான் முப்பது ரூபா கொடுத்தேன்!'

'செலவழிஞ்சு போச்சு!'

சமையலறைக்கு வந்து சாமி படத்தின் அருகில், அலமாரி, பிளாஸ்டிக் பெட்டியில் என்று குடைந்து அவள் ஒளித்து வைத்திருந்த பதினைந்து ரூபாயைத் தோண்டி எடுத்தான். 'இதுக்குப் பேரு என்ன?'

'குழந்தைக்கு ஹார்லிக்ஸ் வாங்கணும்னு...' என்று முடிப்ப தற்குள் தேனீ கொட்டியதுபோல் அவள் தாடையில் அடித்தான்.

அடி வெடித்து மண்டைக்குள் விண் என்று சற்று நேரம் ஒலித்தது. 'ஆளு கெடந்து செத்துண்டிருக்கான். ஹார்லிக்ஸ் வாங்கறா ளாம். பொய் சொல்லாதே! பொய் சொன்னா எனக்குப் பிடிக் காது!' என்று விருட்டென்று புறப்பட்டுச் சென்றான்.

வலித்தது. தரையில் உட்கார்ந்தாள். குழந்தை அருகே வந்து வசீகரமாகச் சிரித்தது. 'சுரேஷ் காணும், சுரேஷ் காணும்' என்று சுரேஷ், அம்மாவின் பின்னாலிருந்து எட்டி எட்டிப் பார்த்து குழந்தையை இன்னும் சிரிக்க வைத்தான். கொஞ்ச நேரம் பிரமித்து உட்கார்ந்திருந்தாள்.

'அம்மா இன்னிக்கு ஸ்கூல் லீவா?' என்றான் சுரேஷ். 'யார் சொன்னா?' என்று அவனை இழுத்துச் சென்று குளிப்பாட்டி, சட்டை நிஜார் அணிவித்து, ஹார்லிக்ஸ் கொடுத்து, தலைவாரி, புத்தகங்களைச் சேகரித்தாள். குழந்தை சுவர்க் காரையைச் சின்ன நகங்களால் பெயர்த்துச் சாப்பிட்டுக் கொண்டிருந்தது.

'மூதேவி கண்டதைத் திங்கறியா?' என்று அதன் முதுகில் வலிக்காமல் மொந்திவிட்டு எடுத்துக் கொண்டாள்.

வீட்டுக் கதவைப் பூட்டிவிட்டு இடுப்பில் குழந்தையுடன் விரலில் சுரேஷுடன் நடந்தாள். சுரேஷைப் பள்ளிக்கூடத்தில் விட்டு விட்டு நாகநாதன் வீட்டிற்குச் சென்றாள்.

நாகநாதன் பூஜையிலிருந்து வெளிவந்து சட்டை அணிந்து கொண்டிருந்தார்.

'இந்தாம்மா குங்குமம்... என்ன விஷயம் ஆபீஸ் கிளம்பற சமயம் வரே? பார்வதிக்குட்டி!'

'மாமா! இவருக்கு வேலை போய்டுத்தா?'

'அப்படியா சொன்னான்?'

'ஏதோ சஸ்பெண்டுன்னு சொன்னார். கேட்டா கோவிச்சுக்கறார். உங்க டிபார்ட்மெண்டுதானே? என்ன நடந்தது? எனக்குப் புரியும்படியா சொல்லுங்கோ!'

நாகநாதன் வாட்சைப் பார்த்தார். மூக்கைச் சொறிந்து விட்டு சற்று யோசித்தார். 'உண்மையைச் சொல்லிடவா? உன் புருஷன் ஆபீஸ் பணத்தை நிறைய கையாடிட்டு, கையும் களவுமா

மாட்டிண்டிருக்கான். பொய்க் கையெழுத்து போட்டிருக்கான். உடனே டிஸ்மிஸ் பண்ண ரூல்ஸ் இல்லாம சஸ்பெண்ட் பண்ணியிருக்கா. என்க்வைரியில எல்லாம் வெளில வந்துடும். அவனை ஒருத்தராலும் காப்பாத்த முடியாது. நிச்சயம் வேலை போய்டும். உன்கிட்ட சொல்ல வருத்தமாத்தான் இருக்கு. ஆனா உண்மையை நீ தெரிஞ்சுக்கணும். அவன் என்ன சொன்னான்?'

'எல்லாம் பொய், ஜோடனை, திருப்பி எடுத்துண்டுடுவாங்கறார்.'

அவர் புன்னகைத்து, 'நடக்காது. நானே கண்கூடாப் பார்த்திருக்கேன். பைத்தியக்காரத்தனம், கோர்ட்டு கீர்ட்டுக்குன்னு போகச் சொல்லாதே!'

'நான் சொன்னா அவர் கேக்க மாட்டார்.'

'கோர்ட்டுக்குப் போனா கிரிமினல் கேஸாப் போயி ஜெயிலுக்குப் போக வேண்டி வரும். ஏதோ டிபார்ட்மெண்டலா என்க்வைரி நடத்தி டிஸ்மிஸ் பண்ணிட்டு அவன் கிராச்சுட்டி பணத்தில் கழிச்சுண்டு அதோட விட்டுடுவா! கன்னத்தில் என்ன சிவந்திருக்கு?'

'ஒண்ணுமில்லை மாமா. ஒரு பக்கமா அழுத்திப் படுத்துண்டது. அதில யாரும் ஏதும் செய்ய முடியாதா மாமா? நீங்க பாத்து ஏதாவது சொல்லி...'

'என் வேலை போய்டும்... ஒண்ணும் முடியாதும்மா.'

'இவர்தான் செஞ்சதெல்லாம் தப்புன்னு ஒப்புத்துண்டாக்கூட...'

'அப்படி ஒப்புத்துண்டாத்தான் போலீஸ் புகார் கொடுக்காம காதும் காதும் வெச்சாப்பல டிஸ்மிஸ் மட்டும் பண்ணி அனுப்புவா!'

'மாமா நான் என்ன பண்றது? என்ன பண்ணுவேன்?'

'உன்னால ஒண்ணும் பண்ண முடியாதும்மா... விதி... உன் புருஷனுக்கு புத்தி வந்து வேற வேலை தேடிக்கணும். அதுக்கு என் அப்பன் முருகன் உங்களுக்கு அருள் புரியணும்... வேண்டிக்கோ!'

'வர சம்பளமே பத்து நாளைக்குப் போறதில்லை மாமா.'

'என்ன பண்றது? ஊர்ல ஒரு வீடு இருக்கில்லே?'

'அதை அப்பவே வித்துட்டார்.'

‘வேற ஒரு மார்க்கமும் எனக்குச் சொல்லத் தெரியல குழந்தை! ஒரு வேளை...’

‘என்ன மாமா?’

‘எங்க மானேஜிங் டைரக்டர் தேவய்யான்னு இருக்கார். அவர் மனசு வெச்சார்னா டிஸ்மிஸ் பண்ணாம ஏதோ ஒண்ணு ரெண்டு இன்க்ரிமெண்டை கட் பண்ணிட்டு பனிஷ்மெண்ட்டோட விட்டுறலாம்.’

‘அவரை உங்களுக்குத் தெரியுமா?’

‘சரியாப் போச்சு! அவரை என்னால பாக்கவே முடியாது...’

‘அவர் வீடு எங்க இருக்கு?’

‘ஏ.வி. ரோடில பெரிய பங்களா... நான் வரட்டுமா? பர்ஸ்ட் பஸ் போயிருக்கும். மனசைக் கெட்டியா வெச்சுக்கம்மா. முருகன் ஒரு வழி காட்டுவார்.’

வீடு திரும்பியபோது, கணவனும் இரண்டு பேரும் வாசலில் சிகரெட் பிடித்துக் கொண்டு காத்திருந்தார்கள்.

‘எங்கே போய்த் தொலைஞ்சே?’

‘சுரேஷைப் பள்ளிக்கூடத்தில் விட்டுட்டு வந்தேன்.’

‘இத்தனை நாழியா சீக்கிரம் திற.’

உள்ளே நுழைந்தவுடன் ‘மூணு கப் காப்பி போட்டுக் கொடு’ என்றான். குழந்தையைத் தரையில் விட்டுவிட்டு பக்கத்து வீட்டுக்கு ஓடினாள். சுகந்தி பளிச்சென்று வெளியே கிளம்பிக் கொண்டிருந்தாள். ‘கொஞ்சம் காப்பிப் பொடி!’

‘பேசாம நான் இங்கு ஒரு பலசரக்குக் கடை ஆரம்பிச்சுட்டன்னா ரெண்டு பேருக்கும் சௌகரியமா இருக்கும்!’

அவமானங்கள் மரத்துப்போன நிலையில் சிரித்தாள்.

காப்பி கொண்டு வைக்கும்போது அந்த ஆசாமி, ‘எப்படி இருக்கிங்க சிஸ்டர்?’ என்றான். குழந்தை தரையிலிருந்த சிகரெட் துண்டைப் பொறுக்கி வாயில் போட்டுக் கொண்டு ‘கக் கக்’ என்று

இரும, அதை வாரிக்கொண்டு போய் வாயில் விரல்விட்டுச் சுத்தம் பண்ணி தண்ணீர் கொடுத்தாள்.

‘கவலையே படாதே வாத்தியாரே! உன்னை ஒண்ணும் செய்துற முடியாது. வக்கீலைப் பார்த்தியா?’

‘வீட்ல இல்லை. மறுபடி போகணும்.’

‘என்க்வைரில நான் உன் கட்சி எடுத்துப் பேசறேன்.’

‘எல்லாம் அந்த ஆடிட்டர் மகன் செஞ்ச வேலைப்பா. அவனுக்கு நூறு ரூபா அழுத்தியிருந்தா நடந்திருக்கவே நடந்திருக்காது.’

‘நிச்சயமா சொல்லு. நீ அதெல்லாம் செய்லைதானே?’

சற்று தயக்கத்துக்குப் பின், ‘இல்லை’ என்றான்.

‘அப்ப உண்மை உன் பக்கம் இருக்கறப்ப எதுக்கு அஞ்சணும்? எதுக்கும் பார்க்கலாம்ப்பா! பணம் இருக்கா...?’

‘ம்... இருக்கு...’

‘சும்மா சொல்லாதே. இந்த இருபது ரூபா வைச்சுக்க, அப்புறம் வெற்றிக்கப்புறம் குடு... சிஸ்டர், வாங்கிக்கங்க.’

பணம் கொடுக்கும்போது அவன் விரல்பட்டது. ‘வரேம்மா! கவலைப்படாதிங்க. நாங்கள்லாம் இருக்கம்.’ அவன் பார்வை, அவள் மார்பு, இடுப்பு, எல்லா இடத்தையும் வருடியது. குழந்தையால் தன்னை மறைத்துக் கொண்டாள்.

அவர்கள் சென்றதும் தனியாக இருந்த கணவன் அருகில் சென்றாள். ‘நீங்க இவா பேச்சை கேக்காதிங்கோ! செஞ்சது தப்புன்னு ஒத்துக்கறதுதான் நல்லது. விட்டுடுவா!’

‘என்னடீ? மறுபடி உதை வேணுமா? நானாவது மன்னிப்பு கேக்கறதாவது? அவன்னா கேக்கணும். கம்பெனிக்காரன்னா கேக்கணும்?’

‘அதுக்கில்லை. கோர்ட்டு கீர்ட்டுன்னு போனா போலீஸ் கேஸ் ஆயிடுத்துன்னா?’

‘உனக்கு என்னடி தெரியும்? பேசாம உன் வேலையைப் பார்த்துண்டு வீட்டில கிட. உன்னைக் கட்டிண்ட நாளில இருந்து

வீடே துடைச்சுப் போய்டுத்து. குடுத்த காசில குடித்தனம் நடத்த முடியா, தாம் தூம்னு செலவழிச்சி, என் வீட்டை வித்து, நீ தொட்டாலே எல்லாம் பூண்டோட நசிச்சுப் போறது...'

'அபாண்டமா பேசாதங்கோ. நான் என்ன செலவழிச்சுட்டேன். எனக்குன்னு ஒரு திருஸ்தம் வாங்கிண்டேளா! என் நகையெல் லாம் வித்து... வீட்டு வாடகை, உப்பு, புளி, சாமான்னு...'

'சரி. சரி. உன்னோட வேற சண்டை போட எனக்குத் திராணி இல்லை.'

கேட்கக்கூடாது என்று தீர்மானித்திருந்ததைக் கேட்டுவிட்டாள்.

'ஐயாயிரம் ரூபாயை என்ன பண்ணினேள்?'

'என்னடி சொன்னே?'

அவன் ஆக்ரோஷத்துடன், மூர்க்கத்தனத்துடன், மிருகக் கோபத் துடன் அவளை நோக்கி வர, குழந்தையைக் கீழே வைத்து விட்டாள். ஓடினால் துரத்துவான். ஒரு மூலைக்குச் சென்று விட்டாள். முதல் அடி முகத்தில் விழுந்தது. பழக்கத்தில் முழு வதும் குனிந்து கொண்டு கைகளால் தடுத்துக் கொண்டு பெரும் பாலும் தோளிலும் முதுகிலுமே அடிகளை வாங்கிக் கொண்டு அங்குலம் அங்குலமாகச் சரிந்து உட்கார்ந்தாள். தலை மயிரைப் பிடித்து ஒரு முறை உலுக்கிவிட்டு, 'ஒழிஞ்சு போறேன். வீட்டை விட்டே ஒழியறேன்' என்று வெளியே சென்றுவிட்டான்.

குழந்தை பயத்தில் வீறிட்டுக் கொண்டு அவளை நோக்கித் தவழ்ந்து வந்தது. வாய் ஓரத்தில் இருந்த ரத்தத்தைப் புடவையில் துடைத்தாள். உதட்டில் சுரீர் என்றது. அவள் அழவில்லை. உட்கார்ந்திருந்தாள்.

அரை மணி கழித்து எழுந்து புடவை மாற்றிக் கொண்டு குழந்தைக்குச் சட்டை மாற்றி, முகம் கழுவிக் கொண்டு கண்ணாடியில் பார்த்தாள். உதடு லேசாக வீங்கியிருந்தது. வீட்டைப் பூட்டிக்கொண்டு குழந்தையுடன் வெளியே வந்து நடந்தாள்.

'**ஆர்.** தேவய்யா' என்று அந்த நவீனமான பங்களா வாசலில் கல் சதுரத்தில் வெட்டிப் பதித்திருந்தது. கேட் கதவைத் தொட்டுச்

சப்தம் பண்ணினாள். ஒரு வேலைக்காரன் வந்து 'யாரும்மா... ஒண்ணும் இல்லை போங்க' என்றான்.

'அம்மாவைப் பார்க்கணும்' என்றாள்.

'நீங்க யாரு?'

'அம்மாவைப் பார்க்கணும் அய்யா!'

'குளிச்சுக்கிட்டிருக்காங்க, பிறகு வாங்க!'

'காத்திருக்கேனே!'

'கிருஷ்ணா! யாரது?'

'யாருன்னு கேட்டா சொல்ல மாட்டேங்கறாங்கம்மா. உங்களைப் பார்க்கணுமாம்.'

வீட்டு வாசலில் நின்று கொண்டிருந்தவளுக்கு நாற்பது வயதிருக்கும் போலிருந்தது. கையில் பத்திரிகை, கண்ணில் கண்ணாடியுடன் நின்றிருந்தவளை நோக்கி, சட்டென்று கேட் கதவைத் திறந்து விருவிருவென்று நடந்து சென்று, வாயிற்படியில் குழந்தையை வைத்துவிட்டுக் கீழே குனிந்து அந்த அம்மாளின் காலைப் பிடித்துக்கொண்டு, விசித்து விசித்து அழுதாள்.

அவள் அதிர்ந்து போய், 'சேச்சே காலைத் தொடாதே! யார் நீ?'

அவளுக்கு மனத்தில் இருந்த அழுத்தம் எல்லாம் வடிய மூன்று நிமிஷம் அழ வேண்டியிருந்தது. நிறுத்தாமல் அலை அலையாக, கட்டுப்படுத்த முடியாமல் முகம் பூராவும் விகாரமாகி, மார்பில் தொப்பலாகக் கண்ணீர் நனைந்து அழுதாள்.

'இரு இரு, கிருஷ்ணா என்ன இது? பேஜாராப் போச்சு.'

'அதாங்கம்மா யாரோ ரோடில போற பொம்பளை, எந்தி ரிம்மா...'

'ஏய் இத பார் பொண்ணு முதல்ல எழுந்திரு. என்ன இதெல் லாம்...? எழுந்திரு... நீ ஒரு மனுஷி, நான் ஒரு மனுஷி... எழுந்திரு... உள்ளே வா!'

திருமதி தேவய்யா கொடுத்த காப்பியை சாஸரில் ஊற்றிக் குழந்தைக்குக் கொடுத்துவிட்டு தான் பாதி குடித்துவிட்டுப் பேசினாள்:

'அவர் நல்லவர்னு சொல்ல வரல நான். அவர் தப்பே செய்ய லைன்னு சொல்லலை நான். எனக்கு ரெண்டு குழந்தை. இவருக்கு வேலை போயிட்டா நாங்க நடுத்தெருவில நிக்க வேண்டியதுதான். அவர் தப்பு செஞ்சிருந்தா அதுக்காக ரெண்டு மடங்கு நான் மன்னிப்புக் கேட்டுக்கறேன். எப்படியாவது உங்க வீட்டுக்காரர் கிட்டச் சொல்லி வேலைல இருந்து நீக்காம பண்ணுங்கோ. ஏதாவது பனிஷ்மெண்ட் கொடுக்கட்டும், இன்க்ரிமெண்ட் கட்டுனு ஏதோ சொல்றாளே அது மாதிரி ஏதாவது செய்யச் சொல்லுங்கோ. உங்களுக்குக் கோடி புண்ணியம் உண்டு.'

'என்னவா இருக்கார் உன் ஹஸ்பண்டு?'

'பர்ச்சேஸ் கிளார்க்.'

'இதப் பாரும்மா. என் புருஷன் ஆபீஸ் விஷயங்களில் நான் தலையிடறதே இல்லை. உதட்டில் என்ன?'

'அடிச்சுட்டார்.'

'ஏம்மா இந்த மாதிரி புருஷன்கூட ஏன் குடித்தனம் பண்றே? பேசாம பிறந்த வீட்டுக்குப் போயிடேன்... அப்பா, அம்மா சோறு போட மாட்டாங்களா?'

'அப்பா, அம்மா கிடையாதும்மா. ஒரே ஒரு தங்கை இருக்கா குவாய்த்ல.'

'ச்ச்ச்... குழந்தை எவ்வளவு அழகா இருக்கு, பேர் என்ன?'

'காவேரி.'

'காவேரி, இத பாரு... வா... வா' என்று குழந்தையிடம் கையைச் சொடுக்கினாள். காவேரி அவள்மேல் பாய்ந்தது. குழந்தையை எடுத்து வைத்துக் கொண்டு, 'என் ஹஸ்பெண்டுக்கு இந்த விவகாரம் தெரிஞ்சிருக்குமான்னே சந்தேகம். அதெல்லாம் ஜி.எம். ஆபீஸ்ல செய்யறாங்கன்னு நினைக்கிறேன்.'

'ஆனா, அவர் சொன்னா நிச்சயம் ஆகும்னு...'

'நிச்சயம் ஆகும். கம்பெனி அவர்துதானே! ஆனா உத்தரவாதமா நான் ஒண்ணும் சொல்ல மாட்டேன். அவர் லஞ்சுக்கு வருவார். அப்ப நான் அவர்கிட்ட கேக்கறேன். இந்த மாதிரி விஷயம். மனைவியைப் பார்த்தா ரொம்பப் பரிதாபமா இருக்கு.

அவளுக்காவது ஏதாவது செய்ய முடியும்னா செய்யுங்கன்னு கேட்டுப் பார்க்கறேன்... சாதாரணமா ரொம்ப நல்ல மனசு அவருக்கு... நல்ல மூட்ல இருந்தா ஒத்துப்பாரு...'

'உங்களுக்கு எப்படி நன்றி சொல்றதுன்னே தெரியலை...'

'இந்த மாதிரி மறுபடி மறுபடி காலைப் பிடிக்காம இருந்தா சரி. தைரியமா இரு. சீட்டில உன் ஹஸ்பண்டு பேரு, விவரம் எல்லாம் குறிச்சு வை...'

குறித்துக் கொடுத்தாள். 'நான் வரேம்மா!'

'அழாதே, அழக்கூடாது. கொஞ்சம் இரு.' உள்ளே சென்றாள். ஹாலை இவள் முதல் முறை சுற்றிப் பார்த்தாள். பத்து வயசுப் பெண்ணின் படம் பெரிசாக மாலை போட்டு மாட்டியிருந்தது. அதைக் கண் கொட்டாமல் பார்த்துக் கொண்டிருக்க...

'என்ன பாக்கறே? இது என் பொண்ணு... செத்துப் போச்சு! அது பேரும் காவேரிதான்... இந்தா வெச்சுக்க. இதுமாதிரி ஸாரியெல்லாம் நான் இப்ப கட்டறதில்லை... காவேரி இத பார் சாக்லெட் வாங்கிக்கோ...'

மாலை ஐந்து மணியாகியும் கணவன் வரவில்லை. சற்று கவலையாக இருந்தது. ஒருவேளை ஆபீஸுக்குப் போய் ஏதாவது கலாட்டா செய்திருப்பாரோ என்று நாகநாதன் வீட்டுக்கு மறுபடி போனாள்.

'வாம்மா! வா! சொன்னானா?'

'என்ன மாமா?'

'அவன் சொல்லலை?'

'வீட்டுக்கே வரலையே மாமா இன்னும்?'

'அவன் சஸ்பென்ஷன் ஆர்டரை ரத்து செய்தாச்சு.'

'அப்படியா?'

'எம்.டி.கிட்ட இருந்த ஒரு போன் வந்ததாம்... பேசாம ரெண்டு மூணு இன்க்ரிமெண்டை கட் பண்ணிட்டு ஆளை விட்டுடுங்கோ.

டிஸ்மிஸ் பண்ண வேண்டாம்னு திட்டவட்டமா சொல்லிட்டா ராம். அவனையும் கூப்பிட்டுச் சொல்றதுக்கு ஆள் போச்சே! இன்னும் வரலையா அவன்?'

'தாங்க்ஸ் மாமா.'

'எனக்கு என்ன தாங்க்ஸ்! நீ போய் எம்.டி.யைப் பார்த்தியா?'

'இல்லை. அவரைப் பார்க்கலை!'

'முருகன் வழி காட்டுவார்னு சொன்னேனோல்லியோ!'

'அவர் இன்னும் வரலையே!'

'வந்துருவான் வந்துருவான்... தப்பிச்சான்.'

வீட்டுக்குப் போய் கவலையுடன் சாப்பிடாமல் காத்திருந்து... ராத்திரி ஒன்பதரைக்கு ஒரு ஆட்டோவில் வந்து இறங்கினான்.

'பாக்கியை வெச்சுக்கப்பா.'

சற்று தள்ளாடிக் கொண்டு வந்தான்.

'முழுச்சிண்டிருக்கியா?'

'ஆமாம். ஏதாவது ஆபீஸ்ல தெரிஞ்சுதா ?'

'குழந்தைங்க தூங்கிடுத்தா? இந்தா பொட்டலம்...'

'ஆபீஸ் போயிருந்தீங்களா? ஏதாவது தெரிஞ்சுதா?'

'சொல்றேன். ரொம்ப இன்ட்ரஸ்டிங்! என் மேல் புகாரை வாபஸ் வாங்கிண்டுட்டாங்க... பயந்துட்டாங்க.. பசங்க! எல்லாம் கான்ஸல்! எல்ல்...லாம் கான்ஸல்... ஏதோ இன்க்ரிமெண்ட் கட்டுன்னான்... அதையும் விடறதில்லை. அப்புறம் அதையும் பைஃட் பண்ணப் போறேன். தர்மம் நியாயம்! இத பார். தர்மம் நியாயத்தின் பக்கத்தில் இருக்கறவனுக்கு ஒண்ணும் ஒரு தீங்கும் வராது. வந்தா பறந்து போயிடும். ஏண்டா டேய். என்னை சஸ்பெண்ட் பண்ண முடியுமாடா?'

'சாப்பிட வரீங்களா...'

'நிறைய சாப்பிட்டாச்சு! போய்ப் படுக்க வேண்டியதுதான். நாளைக்கு ஆபீஸ் போகணும். நீ சாப்பிட்டுட்டு வா! உன்னை

அடிச்சுட்டேன் இல்லே! மன்னிச்சுக்கோ கண்ணு மன்னிச்சுக்கோ...!'

'சமையலறையில் தனியாக உட்கார்ந்து சாப்பிட்டுவிட்டு, பத்துப் பாத்திரத்தை ஒழித்துப் போட்டுவிட்டு, மேடையை அலம்பிக் கோலம் போட்டுவிட்டு, மிச்சமிருந்த சாயங்காலப் பாலைத் தோய்த்துவிட்டு, கதவுகளைத் தாளிட்டுவிட்டு, சுரேஷை எழுப்பி பாத்ரூமுக்கு அழைத்துச் சென்றுவிட்டு, குழந்தைக்குப் போர்த்தி விட்டு விளக்கணைத்துவிட்டுப் படுத்துக் கொண்டாள்.

கணவன் விழித்துக் கொண்டிருந்தான். அவன் கை அவள் மார்பின்மேல் பட்டது.

'ஏய் வா! இங்கே வந்து படுத்துக்கோ! ஏய் வாயேன்!'

குழந்தையை இடம் மாற்றிவிட்டு அவன் அருகில் சென்று படுத்தாள்.

அவன் ஒருவித அவசரத்துடன் சடசடவென்று அவள் உடைகளைக் களைந்தான்.

விகடன் வெள்ளிவிழா மலர்

4. எல்டொராடோ

கதவு திறந்து மன்னிக்கு அவனை அடையாளம் தெரிந்துகொள்ள சிரமமாக இருந்தது. தெரிந்ததும் திடுக்கிட்டாள். பேசத் திணறி எச்சில் விழுங்கி, ‘நீங்களா? எப்ப வந்தேள்?’ என்றாள்.

‘இப்பதான், நேர வரேன், அப்பா எப்படி இருக்கா?’

‘அம்மா, அம்மா யார் வந்திருக்கா பாருங்கோ.’

‘யாருடி?’

‘பரத்!’

‘பரத்தா!’

‘யாரு? பரத்தா?’

‘என்னது? பரத்தா!’ மூலைக்கு மூலை ஆச்சரியங்கள் ஒலித்தன. ரேடியோ நிறுத்தப்பட்டது. பிள்ளைகளின் படிப்பு ரத்து செய்யப்பட்டது. அம்மா, பெரிய அண்ணா, அண்ணா, அக்கா, மன்னிகள், குழந்தைகள் எல்லோரும் ஹாலில் ஒரு அரை வட்ட விரோத விழா போல் வந்து சேர்ந்து கொண்டு, அவனைச் சுற்றிப் பார்வை வியூகம் அமைத்தார்கள்.

சின்ன மன்னிதான் ‘வா பரத்’ என்றாள். எப்படி மாறிவிட்டாள்! எங்கே அந்த அழகான மணப் பெண்?

'என்னடா, எங்கே வந்தே?' - அம்மா.

'அப்பாவைப் பார்க்க வந்தேம்மா. எப்படி இருக்கார்?'

'இத்தனை நாளா இல்லாமல் இப்ப வந்தாயா? ஏன், என்னைப் பார்க்க வரக்கூடாதா? எத்தனை வருஷமாச்சு!'

'அப்பா உடம்பு ரொம்ப மோசமா இருக்குன்னு கேள்விப்பட்டேன்.'

'ஏன்டா, எந்த மூஞ்சியை வெச்சுண்டு விசாரிக்கறே! துப்புக் கெட்டவனே! ஒரு கடுதாசி உண்டா, இப்ப திடீர்னு எதுக்காக வந்து நிக்கறே? எதுக்காகடா?'

'இல்லைம்மா. அம்பி அய்யர் சொன்னதைப் பார்த்தா அப்பாவை ஒருவேளை இனிமே பார்க்க முடியாதபடி போய்டுமோன்னு பயம் வந்துடுத்து.'

'பார்த்து இப்ப என்ன கிழிக்கப் போற?'

'ஏன்னா? வந்தவரை...'

'சும்மாருடி! இது எங்க குடும்ப விஷயம். ப்ராடிகல் ஸன் வந்திருக்கான்' என்றார் அண்ணன். 'ஏன்டா, பார்க்க என்ன தகுதி இருக்கு உனக்கு?'

'ஏன் பார்க்கக் கூடாதா?' என்றான் விரோதமாக.

'ஏய் பசங்களா எல்லோரும் உள்ளே போங்கோ.'

'மகன்ங்கிற தகுதிதான் அண்ணா.'

'மகன்! ஆஹா! பெரிசா வந்துட்டான். எத்தனை நாள்டா அவருக்குச் சோறு போட்டே.'

'இதையெல்லாம் அப்புறம் பேசலாம். எனக்கு அப்பாவைப் பார்க்கணும், அவ்வளவுதான்.'

'கூடாது. முடியாது. இந்த வீட்டில நுழையறதுக்கு உனக்கு அருகதை இல்லை. அப்படியே வெளில போ.'

'இந்த வீடு உன்னுதா அண்ணா?'

‘பாத்தியாம்மா. வந்த உடனே என்ன கேள்வி கேக்கறான்?’

‘எட்டு வருஷமா ஏன்டா வரலை? அதுக்குப் பதில் சொல்லு.’

‘இந்த வீடு இன்னும் அப்பாதுதானே, இதில் நுழைய எனக்கு உரிமை இருக்கு.’

‘இவன் அப்பாவைப் பார்க்க வரலைம்மா. கிழவனார் மண்டையைப் போட்டுறப் போறார்னு சொத்தில் பங்கு கேக்க வந்திருக்கான்.’

‘ஏன்டா கடன்காரா! எப்படி நீ வரப்போகும்? பெத்த தாயார்க்கு ஒரு லெட்டர் போட்டியா?’

‘அதுக்கெல்லாம் என்ன காரணம்ங்கறது இங்கே எல்லோருக்கும் தெரியுமே!’

‘தெரியும் பேப்பர்ல சந்தி சிரிச்சுதே...’

‘சொத்துக்குத்தாம்மா வந்திருக்கான்!’

‘இதோ பார் ஸ்ரீதர், அனாவசியமா சண்டைக்குக் காலைப் பிறாண்டாதே! எனக்குச் சொத்தும் வேண்டாம், ஒரு எழவும் வேண்டாம். அப்பாவைப் பார்க்க அனுமதிச்சாப் போறும். எங்க படுத்திண்டிருக்கார்?’

‘அப்படியே சுபாவம் மாறாம இருக்கான்.’

‘இருந்துட்டு போறேன். முட்டாள்தனமாக நடந்துக்காதீங்கோ. என்ன சொன்னாலும் ஏசினாலும் நான் அப்பாவைப் பார்த்துட்டுத்தான் இந்த இடத்தை விட்டுப் போகப்போறேன். அனாவசியத்துக்கு இந்த இடத்தில் சண்டையோ, மூர்க்கத் தனமோ வேண்டாம். ஒரு நண்பன், இல்லை பார்வையாளனா நினைச்சுக்கங்கோ. எங்கே அவர்?’

‘உன்னை இப்ப அவர் பார்த்தா அடையாளம் கண்டுப்பார்னு நினைக்கிறயா?’

‘ஏன்? மயக்கமா?’

‘இல்லை. மூஞ்சில காறித் துப்புவார்.’

‘துப்ப மாட்டார். நிச்சயம் என்னை அவருக்கு ஞாபகம் இருக்கும். எட்டு யுகமானாலும் ஞாபகமிருக்கும்!’

‘கிழத்துக்கு நேத்திக்கு நடந்தது இன்னிக்கு நினைவில்லை... ஞாபகம் இருக்குமாம்!’

‘சரிம்மா; இவனோட என்ன ரோதனை? கல்லுளிமங்கன் மாதிரி போகமாட்டான். நல்ல மாட்டுக்கு ஒரு சூடு. கூடப் பிறந்த தோஷத்துக்காகக் காட்டிட்டு வீட்டைவிட்டு விரட்டிடலாம். ஏய் சின்னி, வாடி இங்கே. இது யார் தெரியுமா... சி...த்...தப்...பா... அழகான சித்தப்பா, அழைச்சுண்டு போய் தாத்தா ரூமைக் காட்டு.’

சின்னியின் பின் மௌனமாக நடந்தான். மாடிப்படி ஏறித் திரும்பும்போது அத்தனை கண்களும் அவனைக் குத்தித் துளைப்பதை உணர்ந்தான்.

எட்டு வருஷமா விட்டுப்போன உறவு. ஒரு கடிதமில்லை. விசாரிப்பில்லை. கல்யாண அழைப்பில்லை. எங்கே இருக்கிறான் என்கிற சங்கதி இல்லை. சினிமா என்றோ, டிராமா என்றோ, கல்கத்தா என்றோ, காசி என்றோ, பணக்காரன் என்றோ கடனில் மூழ்கி விட்டான் என்றோ, பொண்டாட்டி ஓடிப்போய் கிறிஸ்து வச்சியை வைத்துக் கொண்டிருக்கிறான் என்றோ கேள்விப் பட்டிருப்பார்கள். எட்டு வருஷ வெட்டுக்குப் பிறகு வதந்தி களிலிருந்து வடிவெடுத்திருக்கிறான். எப்படி ஒட்டுவார்கள்?

‘சித்தப்பாவா நீ?’ என்றாள் சின்னி.

‘ஆமாம்.’ மெதுவாக அந்த மாடி அறையை அணுகினார்கள்.

‘எந்த ஊர்?’

‘ஏதோ ஊரு.’

‘சித்தி வரலியா?’

‘இல்லை.’

‘செத்துப் போய்ட்டாளா?’

‘இல்லை.’

‘என்ன வேலை பண்றேள்?’

‘அலையறேன்?’

‘எதுக்கு?’

‘எதுக்கு?’

‘ஜெயிலுக்குப் போயிருந்தேள்னு சொன்னாளே, அந்த சித்தப் பாவா நீ?’

‘ஏய் சின்னி! பேசாம ரூமைக் காட்டிட்டு திரும்பி வா.’

சின்னி கதவைத் திறந்து, ‘உள்ளே போங்கோ. தாத்தா தூங்கிண்டிருப்பார்’ என்று சொல்லிவிட்டு விலகினாள்.

உள்ளே டெட்டால் வாசனை அடித்தது. ஏறக்குறைய இருட்டாக சைபர் வாட் நியான் ஒளியில் தரையில் ஒரு போர்வைக் குவியல் தெரிந்தது.

சுவரில் தடவி விளக்குப் போட்டு அதை அணுகினான். குனிந்து மெல்ல விலக்கினான். அதிர்ந்து போனான்.

‘மை காட்! இது அப்பா இல்லை. நான் பார்த்த அப்பாவின் பாதி! சுருங்கிப் போய்விட்டார். கண்கள் இருட்டுப் பொந்துகளாக மூடி, கன்னங்கள ஒட்டிப்போய் கை நரம்புகளும் மார்பு எலும்பு களும் தெரிய... பிராணன்?’

‘அப்பா.’

பதில் இல்லை. சற்று நேரம் அவரைப் பார்த்துக்கொண்டு அழுதான். மன வெளிச்சத்தில் சட் சட் என்று அந்த மனிதரின் ஞாபக பிம்பங்கள் மாறின.

‘அப்பா, அப்பா!’

படுக்கையருகில் உட்கார்ந்து நெற்றியைத் தொட்டான். சூடு. அந்தக் கையெலும்பை எடுத்துத் தன் கன்னத்தில் வைத்துக் கொண்டான். அழுகை பீறிட்டது.

‘அப்பா!’

சட்டென்று கனவுச் சங்கிலியிலிருந்து விடுதலை பெற்றவர் போல் சிலிர்த்துக் கண் விழித்தார்.

'யாரு?'

'நான்தாம்பா, பரத் வந்திருக்கேன்.'

மெல்லத் தலைநகர்த்தி அவனைப் பார்த்தார்.

'பரத்தா?... பரத்தா?... என் மூணாவது பையனா?'

'ஆமாம்ப்பா ஆமாம்.'

'நீதானா!' - என்ன கிணற்றுக் குரல் அது! எட்டு வருஷத்துக்கு முந்தைய ஒலி முழக்கம் எங்கே?

'நான்தாம்பா!'

'சௌக்கியமா இருக்கியா?'

'இருக்கேம்பா!'

'ரொம்ப நாளா காணோம்!'

'வந்துண்டேம்பா!'

'தெரியும். நீ வருவேன்னு தெரியும். சாப்பிட்டியா?'

'இல்லைப்பா.'

'சாப்ட்டுறு. ராட்சசிகள்ளாம் அப்புறம் இல்லைன்னுடுவா. மூணு ராட்சசி, நாலு ராட்சசி.'

'என்னப்பா உனக்கு உடம்பு?'

'களைப்புப்பா! அலுப்பு... போறும் நிஜமாவே பரத்தா...'

அந்தக் கரம் சிரமப்பட்டு மேல் வந்து அவன் தலை மயிரைக் கலைத்து, 'பரத் உனக்குத்தான்... உனக்குத்தான் சரியாவே எதும் செய்யலை...' கிழவரின் கண்கள் கலங்கின.

'அதெல்லாம் இல்லைப்பா.'

'என்னைப் பாரு. சீக்கிரம் செத்துப் போய்டுவேனா? சீக்கிரம் போய்ட்டா தேவலாம்.'

'இல்லைப்பா, தேவலையாய்டும்.'

‘உன்னைப்பத்தித்தான் சதா நினைப்பு...’

‘எனக்கும்ப்பா!’

‘கிட்ட வா!’ கிழவர் மெல்ல, ஒவ்வொரு வார்த்தையாக யோசித்து யோசித்து, மிக மெலிந்த குரலில் பேசினார்.

‘இந்த ரூமைப் பாரு! சுடுகாடு மாதிரி இல்லை? என்னை இதுல போட்டு அடைச்சுட்டு எல்லாரும் கீழயே இருக்கா. தினத்துக்கு ஒரு அஞ்சு நிமிஷம் பேச ஆளில்லை. நாக்கு செத்துப் போச்சு. ஆரஞ்சுப் பழம் வாங்கிக் கொடுன்னு ஒரு வாரமா சொல்லிண்டிருக்கேன்... இங்க வேற யாரும் இல்லையே?’

‘இல்லைப்பா!’

‘பழம் எல்லாம் கீழே வெச்சிண்டிருக்கா. அவாளே சாப்படறா... உங்கம்மா, மூத்த ராட்சசி, என்னை வந்து பார்த்து மூணு நாளாச்சு, எல்லாரும் காத்திண்டிருக்கா பரத்!’

‘அதெல்லாம் இல்லைப்பா, சரியாய்டும்.’

‘ஆரஞ்சுப் பழம் வாங்கித் தரவா?’

‘தரேன்ப்பா.’

‘இத பார் மருந்து... இதில் விஷம் கலந்திருக்கா. நான் குடிக்க மாட்டேன்.’

‘அப்படி எல்லாம் செய்ய மாட்டாப்பா.’

‘எல்லோரும் காத்துண்டிருக்கா... நீ எந்த ஊர்ல இருக்கே?’

‘ஏதோ ஊர்ப்பா. ஸ்திரமா எதும் இல்லை.’

‘வீட்டில இருக்கயா?’

‘இல்லை, ரூம்ல!’

‘எனக்கு இடம் இருக்குமா, என்னை அழைச்சுண்டு போறியா?’

‘சரிப்பா.’

‘இப்ப போகலாமா?’

‘இல்லை. நாளைக்குக் கார்த்தலை.’

‘இப்பவே போக வேண்டாமா?’

‘தூங்கிட்டு நாளைக்குக் கார்த்தலை போகலாம்.’

‘என்னை இந்தச் சுடுகாட்டில் இருந்து அழைச்சுண்டு போயிட றியா?’

‘சரிப்பா.’

அவர் முகத்தில் சாந்தம் தெரிந்தது.

‘நீ பேசு.’

அவர் முன் சாய்ந்து அவர் தலையைக் கோதிவிட்டு, ‘அப்பா’ என்றான்.

‘அப்பா நானும் நீயும் கிரிக்கெட் ஆடுவோமே, ஞாபகம் இருக்கா?’

ஞாபகம் புன்னகையாக மலர்ந்தது.

‘ரெண்டு பேரும் ஒரே டீம்ல மாட்ச் ஆடியிருக்கோம். நீ பத்தொம்பது அடுச்சுட்டு ரன் அவுட் ஆயிட்டே. எனக்கு ஏற்ப உன்னால ஓட முடியலே. ஸாரிப்பா, ராங்கால், அது என் தப்பு!’

‘சொல்லு.’

‘சின்ன வயசில அய்யன் வாய்க்கால் நீஞ்ச கத்துக் குடுத்தியே. தொபுக்கடீர்னு தள்ளி விட்டுட்டு மூச்சுத் திணற வெப்பியே; அப்புறம் கொய்யாக்கா அடிச்சு சாப்பிடுவோமே. அம்மாவுக்குத் தெரியாம உனக்கு பர்க்லி சிகரெட் வாங்கிண்டு வருவேனே. ரெண்டு பேரும் கவட்டை கட்டி குருவி அடிப்பமே. எவ்வளவு தூரம் ட்ரெக்கிங்... போவோம்... பாண தீர்த்தத்தில் பாறைல படுத்துண்டு நட்சத்திரத்துக்கு எல்லாம் புதுசா பேர் வெப்பியே! சுள்ளி பத்த வெச்சு சட்டில சமைப்பமே...’

ஒவ்வொன்றாக ஒவ்வொன்றாகச் சொன்னான். தந்தை-மகன் இருவருக்கும் இருந்த உணர்ச்சிபூர்வமான பிணைப்பு, சிநேகிதம், கையோடு கை அழுத்திய பலப் பரீட்சை, நீண்ட நீண்ட நடைப் பயணங்கள், பறவைக் குரல்கள், மண் வெளியில்

தியாகராஜர், துரத்தல், ஓட்டம், பிடிப்பு, ரகசியப் பரிவர்த்தனை, நிறுத்தி உட்கார வைத்து மரத்தடியில் அருணாசலக் கவிராயரின் ராம நாடகக் கீர்த்தனைகள், அலைஸ் இன் ஒண்டர்லாண்ட்...

'பரத்' என்று அவன் கையைப் பிடித்தார். 'நானும் நீயும் ஒண்ணு.'

'அப்பா! எல்டொராடோவைப் பத்திச் சொல்லுவியே, ஞாபகம் இருக்கா? அதைத் தேடிண்டுதான் நான் போனேம்பா. கற்பனைத் தங்கம்னு தெரியாம தூரத்திலேயே பளிச்சுக் காட்டிட்டிருந்ததை நோக்கி ஓடினேன்ப்பா.'

'நானும்தான் அதையே தேடினேன்' என்றார்.

'அப்பா உன்னை முதல்ல சரசுவோட பார்த்தப்ப எனக்கு அப்படியே சகலமும் ஸ்தம்பிச்சுப் போச்சு. ரொம்ப நாள் கழிச்சுத் தான் எனக்கு ஏன்னு புரிஞ்சுது. ஆனா, அதைப் பத்தி நான் ஒருத்தர் கிட்ட ஒரு வார்த்தை பேசலியே! இன்னிவரைக்கும் சொன்ன தில்லையே! அந்தச் சம்பவத்துக்கப்புறம் உனக்கும் எனக்கும் ஒரு பிளவு வந்துடுத்து. அன்னியோன்யம் வெட்டுப்பட்டுடுத்து. நீ என்னைப் பார்த்து, நான் உன்னைப் பார்த்து பயப்பட ஆரம்பிச் சோம். என் மனசில உன்னைப் பத்தி இருந்த இமேஜ் கலைஞ்சு போயி, நாம ரெண்டு பேரும் அப்பவே பிரிய ஆரம்பிச்சுட் டோம். அதுக்கப்புறம் எத்தனையோ நடந்து போயி, நான் விலகிப் போயி, ஊர் ஊரா அலைஞ்சு உறவு விட்டுப் போயி, கல்யாணம் பண்ணிண்டு, பெண்டாட்டியைப் பிரிஞ்சு... வேண்டாம்பா... அதையெல்லாம் அழிச்சுடலாம்பா... சரசு வரைக்கும் விரசமில்லாம இருக்கு... அதோட போதும். அதுக்கப்பும் எல்லாத்தையும்...'

அப்பா தலையை ஆட்டினார். 'அதுவும் இருக்கட்டும்' என்றார்.

'பரத்கிட்ட வா!'

வந்தான்.

'நாளைக்கு கார்த்தால என்னை அழைச்சுண்டு போறியா? அந்த இடத்துக்கு...'

'சரிப்பா.'

'எத்தனை மணிக்கு வண்டி?'

'சீக்கிரமே கிளம்பிடலாம்பா.'

'என்னால நடக்க முடியாது.'

'உன்னை அப்படியே தூக்கி தோள்மேல வெச்சுண்டு போயிடு றேம்பா, நீ என்னைத் தூக்கிண்டு போவியே அது மாதிரி!'

'எனக்கு தேவலை ஆய்டுமா?'

'நிச்சயம்.'

'தேவலையானதும் கண்ணாடி மாத்திக் கொடு. என்ன?'

'சரிப்பா.'

'ஒரு சின்ன டிரான்சிஸ்டர் வாங்கிக் கொடுத்துடு.'

'சரிப்பா.'

'ஹெமிங்வேயோட கிலிமஞ்சாரோ படிச்சுக்காட்டு.'

'சரிப்பா.'

'மார்க்ஸ் அரேலியஸ், திருவாசகம், அப்புறம் பவிஷ்ய புராணம், டாஸ்டாயவஸ்கி, கோஸ்லர், ரஸ்ஸல்...'

'எல்லாம்...'

'இதோ பாரு. அந்தத் தடி, ரெண்டு வேஷ்டி, ரெண்டு பனியன், அதான் என்னுது. செருப்புகூடக் கிடையாது. இப்பவே எடுத் துண்டுடு.'

'நான் வாங்கித் தரேம்பா.'

'நிறைய நடக்கணும்.' அவர் முகத்தில் இப்போது தேஜஸ் தெரிந்தது. உதட்டில் புன்னகையுடன் அவனை மிக அருகில் அழைத்து, கண் சிமிட்டலுடன், 'பரத் உங்கிட்ட ஒரு ரகசியம் சொல்லணும். அவா ஒருத்தருக்கும் தெரியாது.'

'என்னப்பா?'

சொன்னார்.

ராத்திரி முழுவதும் அவர் அருகிலேயே உட்கார்ந்து அவரை பார்த்துக் கொண்டிருந்தான். மூன்று மணி சுமாருக்கு அப்பா

இறந்து போயிருந்ததை உணர்ந்தான். தூக்கம் போலத்தான் படுத்திருந்தார். உதட்டில் புன்னகை ஸ்திரமாக இருந்தது.

பரத் ஓரத்தில் ஒதுங்கி நிற்க, ஒவ்வொருவராக வந்து ஆர்ப்பாட்டமாக அழுதார்கள். அதன்பின் சுரத்துக் குறைந்து அழுதார்கள். அதன்பின் மௌனமாக...

'வந்தான், முடிச்சுட்டான்! இவனைப் பார்த்த அதிர்ச்சியே உயிர் போய்டுத்து. எதுக்காக இப்படி திடீர்னு வரணும்...?'

'அண்ணா ஒரு விஷயம், தனியா வாயேன்.'

'என்ன?'

'போறதுக்கு முன்னால அப்பா எங்கிட்ட சொன்னார், வீட்டையும் நிலத்தையும் என் பேரில் எழுதி வெச்சிருக்கறதா. காரியம் எல்லாம் முடிஞ்சப்புறம் இந்த அட்ரஸ்க்கு எழுது. எல்லாத்தையும் மாத்தி சாஸனம் பண்ணிக் கொடுத்துடறேன்.'

'பரத், எங்க போற?'

திரும்பிப் பார்க்காமல் நடந்தான்.

குங்குமம்

5. நோ ப்ராப்ளெம்

லண்டனிலிருந்து ம்யூனிக் வந்து இறங்கியபோது எனக்குக் கவலை. இதுவரை என் ஓட்டை இங்கிலீஷை வைத்துக் கொண்டு சமாளித்து விட்டேன். இங்கே பாஷை புரியாது. புரியாத தேசம். என்னை யார் வந்து சந்திப்பார்கள்? தெரியாது. எங்கே அழைத்துச் சென்று என்ன பேசி எப்படிப் பேசி எதைக் காட்டுவார்கள். எல்லாமே தெரியாமல் மெல்லப் படி இறங்கினேன்.

மேல்நாட்டில் இரண்டு மாதங்களைக் கழித்து விட்டேன். இவர்கள் நாகரிகமும் புதுமையும் அழகும் பார்த்துப் பார்த்துப் பழகிவிட்டது. ஏன் அலுத்துக்கூட விட்டது. எத்தனை நேரம் இமைக்கா மல் கட்டடங்களையும், கண்ணாடிக்குள் தெரியும் அபரிமித செல்வங்களையும் பார்த்துக் கொண்டிருப் பது? எனக்கென்னவோ நம் கிழக்கிந்திய அரதலில் கொஞ்சம் நம்பிக்கை வந்துவிட்டது. பாருங் களேன். மூக்கை உதறிச் சிந்த முடியாது. பாக்கெட் டில் போட்டுக் கொள்ள வேண்டும். சின்னதாக ஒரு ஒன்றுக்குப் போக வேண்டுமானால் ஒரு பர்லாங் நடந்து டாய்லெட் தேடிப் பிடித்து, காசு போட்டு... ரொம்ப பேஜார், நம் ஊர் போல ஒரு சந்தில் மறைந்து ஒரு சர்ர்... 'அப்பாடா' என்பதில்லை. எல்லாவற்றிற்கும் மெஷின், மெஷின் பஸ் டிக்கெட், சிகரெட் பாக்கெட், காப்பி, போட்டோ,

பிலிம் எல்லாவற்றிற்கும் சின்னச் சின்ன துவாரங்கள். உள்ளுக் குள்ளே ஒரு யந்திரக் குமுறல், தொபக்... ம்ஹூம் எனக்குச் சரிப்பட்டு வரவில்லை. அப்புறம் சாப்பாடா அது? சாக்காடு. உப்பு, புளி, காரம் எதுவும் இல்லாத நியூட்ரலான வஸ்துக்களை நம் ஊரில் கிரிக்கெட் பாட்டுக்கும் போடும் எண்ணெயில் சமையல் செய்து கொண்டு வைக்கும் குமட்டல். எங்கே அந்த கொத்ஸு, எங்கே நார்த்தங்காய் என்று நாக்கில் ஏக்கம். இப்போது பாஷை புரியாத தேசம்.

விமான நிலையத்தின் கண்ணாடிச் சதுரங்களின் பின் நூற்றுக் கணக்கான வெள்ளைக்கார அன்னியர்கள் எல்லோரும் நடக்கும் திக்கில் நடந்தேன். எஸ்க்லெட்டர் எங்களை மென்மையாக வாங்கி வைத்துக் கொண்டு மேலே சென்றது. ஒரு பெரிய ஹாலில் பலர் காத்திருந்தார்கள். இவர்களில் எனக்காக ஒருத்தன் நிச்சயம் வந்திருப்பான். எப்படித் தேடுவது? அந்த முகங்களை இலக்கின்றி ஆராய்ந்தேன். யாரேனும் என்னைக் கவனிக்கிறார் களா? ம்ஹூம் என்னுடன் வந்தவர்களில் இந்தியர்கள் அதிக மில்லை. என் பழுப்பு நிறம் காட்டிக் கொடுத்து விடும். பார்க்கலாம் என்று சுயம்வர ராஜகுமாரனைப் போல் நடந்தேன். அந்தப் பெண் கையில் ஒரு மாலை... மன்னிக்கவும். ஓர் அட்டை வைத்திருந்தாள், அந்த அட்டையில் என் பெயர் பெரிசாக எழுதி யிருந்தது. அதை வருகிற பிரயாணிகளிடம் காட்டிக் கொண்டே சிரித்தாள். என்னைப் பார்த்தாள். நான் அட்டையைத் தொட்டு அதன்பின் என் நெஞ்சில் தொட்டு, 'குடென் மார்கன்' என்று எனக்குத் தெரிந்த இரண்டே ஜெர்மன் வார்த்தைகளைக் காலி பண்ணினேன். சிரித்தவள் 'ஓ! யூ ஆர் மிஸ்டர் ராயன்' என்றாள்.

'ராஜன்' என்றேன்.

'நீங்கள்தானா? ஐ ஸ்பீக் இங்கிலீஷ். உங்களுக்காகத்தான் வந்திருக்கிறேன். என் பெயர் மிஸ்...!' என்னவோ பெயர் சொன்னாள். சத்தியமாகப் புரியவில்லை. என் திராவிட நாக்கில் நிச்சயம் நுழையாது.'தாங்க்ஸ்' என்றேன்.

நான் ஒரு பெண்ணை எதிர்பார்க்கவில்லை. பெண் என்றால் நம் ஊர் நளினமான கேஸ் இல்லை. திடகாத்திரள், வாட்டசாட்டள் - எனக்கு மேல் உயரமாக இருந்தாள். என் கையைக் குலுக்கினாள். ஓரிரண்டு சில்லறை டென்டன்கள் அறுந்தன. என் மற்றொரு கையிலிருந்த பெட்டியை அனாயாசமாக வாங்கி 'கம்' என்றாள்.

60 | சுஜாதா

அவளுடன் கம்மி பலி ஆடு போல நடந்தேன். நடை என்றால் சரியான டாக் டாக். ஸ்கர்ட் அலைய, வெளீர் என்று தொடை தெரிய, கூர்மையான ஷ்யூக்களில் ஓர் அடி தப்பாமல் ராஜஸ நடை. அவள் மார்பு அதற்கேற்ப குலுங்குவது விரசமாகவும் ரசமாகவும் இருந்தது. உடலின் நிறம் ஒருவித ஆரஞ்சு மஞ்சள் வெள்ளை என்று சொல்ல வேண்டும். வயது இருபதிலிருந்து நாற்பது வரை எது சொன்னாலும் நம்பலாம். மேற்கு ஜெர்மனி யின் அழகு சாதன சாகசம்! எதையெடுத்தாலும் சாப்பிட்டுவிட்டு கூடவே ஒரு லிட்டர் பாலையும் குடித்து விடுவாள் போல அப்படி ஒரு புஷ்டி. அதுவும் தக்க இடங்களில். ஏர்போர்ட்டுக்கு வெளியே வந்தோம். நூற்றுக்கணக்கான கார்கள் காத்திருந்தன. அவைகளில் ஒன்றைத் தேர்ந்தெடுத்து கதவைத் திறந்து என் பெட்டியைப் பின் சீட்டில் விட்டெறிந்து, என்னை உள்ளே செலுத்தி, எனக்கு அணிய ஒரு ஸேஃப்டி பெல்ட் கொடுத்து, நான் அதை வைத்துக் கொண்டு என்ன செய்ய என்று ஆராய்ச்சி செய்ய, பூணூல் போல் அணிவித்து, தானும் உட்கார்ந்து அணிந்து கொண்டு நிமிஷமாய்ப் புறப்பட்டு இங்கே வந்து விட்டாள். அந்த மகத்தான பாட்டையைத் தொடுவதற்குள் எண்பது கி.மீயைத் தொட்டு விட்டாள். அவள் பெடலை மிதிக்க கார் உற்சாகமாக பதில் சொன்னது. அப்பா! என்ன வேகம்!

‘இதுதான் ஜெர்மனிக்கு உங்கள் முதல் விஜயமா?’ அவள் ஆங்கிலத்தில் வசீகரமான ஜெர்மன் காற்றுகளின் சேர்க்கை.

‘ஆம்’ என்றேன்.

‘இப்போது நேராக என் வீட்டிற்குப் போகிறோம், அங்கே ஆசுவாசப்படுத்திக் கொண்டு இரண்டு மணிக்கு பவேரிய ஆல்ப்ஸ் செல்கிறோம். மாலை ஏழு முப்பதுக்குத் திரும்பி விடலாம்.’

‘மிஸ்டர் ஃப்ராங்கே என்பவரை...’

‘நாளை காலை பார்க்கிறீர்கள். அதுவரை நான் உங்களைக் கவனித்துக் கொள்ளப் போகிறேன்.’

எனக்கு அந்தக் கைகுலுக்கல் இன்னும் வலித்தது... ‘இரவு எட்டு மணிக்குப் பின்னர் ஒன்பதரைக்கு ஒப்பெரா அல்லது ஒரு திரைப்படம். உங்களுக்கு எது இஷ்டமோ பின்னிரவு உங்களை ப்ரெஸிடெண்ட் ஹோட்டலில் விட்டுவிடுகிறேன்.’

‘இப்போது எங்கே போகிறோம்?’

‘என் ஃப்ளாட்டுக்கு. அங்கே மார்க்கைச் சந்திப்பீர்கள். இன்று எங்கள் கம்பெனி விடுமுறை.’

‘ஸாரி, உங்களை விடுமுறை தினத்தில் தொந்தரவு செய்கிறேன்.’

‘நோ ப்ராப்ளெம்’ என்றாள்.

எண்பதை எப்போதோ கடந்து நூறை நெருங்கிக் கொண்டிருந்தாள். முன்னே, பின்னே, வலப்பக்கம், இடப்பக்கம் எல்லாம் கார்கள். எல்லோரும் நூறு. வயிற்றை வேகம் கவ்வியது.

‘நீங்கள் வெஜிடேரியனா?’ என்றாள்.

‘ஆம். ஸாரி!’

‘நோ ப்ராப்ளெம். நான் உங்களுக்கு ஒரு நல்ல ஸலாட் தயாரித்திருக்கிறேன். டெலிபிரிண்டரில் நீங்கள் வெஜிட்டேரியன்... என்று செய்தி வந்தது.’ ‘ஸலாடா! மறுபடி கிரிக்கெட் பாட்டா?’ என்று கேட்டது வயிறு.

‘நிறைய வேகம்’ என்றேன்.

‘இந்த வேகத்தில் சென்றால்தான் தொடர்ந்து பச்சை கிடைக்கும். டிராஃபிக் விளக்குகள் எல்லாமே கம்ப்யூட்டர்’ என்றாள்.

‘சரியாக 12.30க்கு வீடு சேர்ந்து விடுவோம்’ என்றாள். எனக்கு அதில் அவ்வளவு நம்பிக்கை ஏற்படவில்லை. வயிறு பந்தாகச் சுருண்டு கொண்டது. எவனாவது ஒருத்தன் நிறுத்தினால் ஏழெட்டு கார்கள் டப்பா உருளுவதுபோல் உருண்டுவிடும். ஜன்னலுக்கு வெளியே கட்டடங்கள். எல்லாவற்றின் உச்சியிலும் குச்சிப் பூச்சிகள்போல் டீ.வி. ஏரியல்கள். ஆட்டோபான் என்னும் ராஜராஜ பாட்டை எங்கள் காரடியில் சர்ரியது. காருக்குள் பார்த்தேன். காரா ஏரோப்ளேனா? ஏதோ ஒரு பட்டனைத் தட்டினாள். பாப் திடும் திடும் என்றது.

‘நைஸ் கார்’ என்றேன்.

‘பி.எம்.டபிள்யு இந்த வருஷத்து மாடல். டீ.வி. பார்க்கிறீர்களா?’ மற்றொரு பட்டன் ஒரு மூடி பிளந்த உள்ளே துக்குளியூண்டு

டீ.வி.யில் கலரில் ஒருத்தி சிரித்தாள். காருக்கு கியர் எதுவும் இருப்பதாகத் தெரியவில்லை. என் இரண்டாவது மகன்கூட ஓட்டலாம்போல இருந்தது. அவள் நேராகச் சாலையைப் பார்த்துக் கொண்டே செலுத்தினாள். நீண்ட நாசி, மெலிதான நாசித் துவாரங்கள். கோடிட்டது போல உதடுகள். கன்னத்தில் வெயிலோ வேறு ஏதாவதோ ஏற்படுத்திய சிவப்பு. மெலிய கழுத்து, ஸேஃப்டி பெல்டுக்குக் கட்டுப்படாத மார்பு. கார் வலதுபக்கம் திரும்புகையில் அவள் மேல் பட வேண்டியிருந்தது. பர்ஃப்யூம் வாசனையும் ஐரோப்பியத்தனமான மற்றொரு வாசனை கலந்திருந்தது. நூறு கிலோ மீட்டரை விடுபவளாகத் தோன்ற வில்லை. இன்னும் ம்யூனிக் நகரம் வரவில்லை. அங்கங்கே க்ளாவர் க்ளாவராக மற்ற பாதைகள் வந்து வந்து ஒட்டிக் கொண்டு பிரிந்தன. எல்லாவற்றிலும் கார்கள். எல்லாம் வேகம்.

'மார்க்குக்கு ஆங்கிலம் தெரியாது' என்றாள்.

'மார்க் யார்?'

'என் பாய் ஃப்ரெண்ட். நான் அவனுடன் வாழ்கிறேன்' என்றாள்.

'அப்படியா?'

'வருகிற மே மாதம் கல்யாணம் செய்து கொள்வோம்' என்றாள். போன மே மாதம் சாந்தி கல்யாணம் ஆகியிருக்கும் என்று தோன்றியது. சின்னதாக ஒரு விர்ர் கேட்டது. அவள் கைக் கடிகாரத்தின் அலாரம் ஒலி. 'நாம் பத்து நிமிஷம் லேட். இந்நேரம் ம்யூனிக் நகரத்திற்குள் நுழைந்திருக்க வேண்டும்.'

'ப்ளேன் லேட்டாக வந்தது' என்றேன்.

ஜன்னலுக்கு வெளியே இப்போது பசுமை நிறைந்திருந்தது. ஊசி மர, ஜூனிபர் காடுகள் போலும். உடனே பண்ணை நிலம். டிராக்டர்கள் வரைந்த நீண்ட சதுரங்கள். தரையை இடிக்கும் மடியுடன் மாடுகள். அங்கே ஒரு அமைதியான சர்ச். அதன் மண்டையில் மணி வாட்டர் கலர்ச் சித்திர வான். இவர்கள் எவ்வளவு அதிர்ஷ்டக்காரர்கள். தூர் பள்ளத்தாக்கின் சிறப்பு, பசுமை, வருஷத்திற்கு எட்டு மாதம் மழை, உழைப்பு, ஆரோக்கியம், குறைந்த ஜனத் தொகை, ஒரு மகா யுத்தத்தின் பின் ஏற்பட்ட ஒற்றுமை விழிப்பு... விஞ்ஞானத்தின் சகல சாதனங் கள்... என்னதான் தேவை இவர்களுக்கு...?

‘வாட் டு யு திங்க் ஆஃப் ஜெர்மனி’ என்றாள்.

‘பிரமாதமான நாடு’ என்றேன்.

‘இந்தியா எனக்குப் பிடிக்கும். எனக்கு வரவேண்டும் போல் ஆசை. தாஜ்மகாலை டீ.வி.யில் பார்த்தேன். ப்யூட்டிஃபுல்!’

‘இண்டியன் ஸாரிஸ்! ப்யூட்டிஃபுல்! வெரிகுட்’ என்றாள்.

சரிதான் தாஜ்மகால் பாம்பாட்டி ரகம் போலும் இவள் என்று எண்ணிக் கொண்டேன்.

‘இருந்தும் எங்களுக்கு இன்னும் நிறைய பிரச்னைகள் இருக்கின்றன. நிறையக் குழந்தைகள். நிறைய ஏழைமை’ என்றேன்.

‘ஜெர்மனியில் அதிகம் குழந்தைகள் வேண்டும் என்று டீ.வி.யில் கெஞ்சுகிறார்கள்’ என்று சிரித்தாள். ‘வி வாண்ட் மோர் ஜெர்மன்ஸ்.’

‘நீங்க எல்லாம் அதிர்ஷ்டக்காரர்கள்.’

‘நாங்கள் நேரத்தை வீணடிப்பதில்லை. கடுமையாக உழைக்கிறோம். நன்றாகச் சாப்பிடுகிறோம். ஐரோப்பாவிலேயே அதிகச் சம்பாத்தியம் இங்கேதான். அமெரிக்கர்களைக்கூடச் சில விஷயங்களில் மிஞ்சிவிட்டோம். நீங்கள் நாளை மாலை ம்யூனிக் நகரைச் சுற்றிப் பார்க்கப் போகிறீர்கள். எங்கள் யு-பான், எஸ்-பான் சுரங்க ரயில்போல உலகிலேயே கிடையாது என்று பேசிக் கொள்கிறார்கள். அத்தனையும் கம்ப்யூட்டர். இந்தக் காருக்குள் ஒரு கம்ப்யூட்டர் இருக்கிறது. தெரியுமா உங்களுக்கு?’

‘ஆச்சரியம்’ என்றேன்.

‘பாருங்கள்’ என்று மற்றொரு பட்டனைத் தட்டினாள். பச்சை எழுத்துகள்; பிரயாணம் எத்தனை மைல் பாக்கியிருக்கிறது; இந்த வேகத்தில் எப்போது சேருமிடம் அடைவோம்; எத்தனை லிட்டர் பெட்ரோல் இருக்கிறது என்று ஜாதகத்தையே விரித்தது.

‘ஆச்சரியம்’ என்றேன்.

‘விஞ்ஞான முன்னேற்றம்’ என்றாள். ‘உங்கள் ஊரில் இதெல்லாம் கிடையாதா?’

‘நிறைய சைக்கிள்கள் இருக்கின்றன’ என்று சிரித்தேன்.

'இப்போது நீங்கள் வருகிற உங்கள் டூர் ப்ரொக்ராம் எங்கள் கம்பெனி கம்ப்யூட்டர் இரண்டு மாதங்கள் முன்பே அமைத்துக் கொடுத்து எல்லாருக்கும் சொல்லிவிட்டது. உங்கள் நிகழ்ச்சி நிரலின் ஒவ்வொரு கணமும் நிர்மாணிக்கப்பட்டுவிட்டது.'

'நான் அயர்ந்து போகிறேன்' என்றேன்.

'தின வாழ்க்கையில் ஒவ்வொரு அம்சத்திலும் எங்களுக்கு விஞ்ஞானம் பயன்படுகிறது.'

'சொர்க்கம் என்று சொல்கிறார்களே, அது இங்கேதான் என்று நினைக்கிறேன்!' என்று சோப் வைத்தேன்.

'ஏறக்குறைய' என்றாள்.

திடீரென்று காரின் வேகம் குறைந்தது. நான் எதிரே பார்த்தேன். கண்ணுக்குத் தெரியும்வரை சாலையில் கார்கள் மிக நீண்ட மலைப்பாம்புபோல் காத்திருக்க, பின்னால் பார்த்தால் மளமளவென்று அந்த க்யூ வளர்ந்து கொண்டே இருந்தது.

கார் நின்றது.

'என்ன இது? கம்ப்யூட்டரில் ஏதாவது கோளாறோ?' என்றேன்.

இருக்காது. இப்போது கண்டுபிடித்து விடுகிறேன். எதிரே அத்தனை கார்களும் நின்று போயிருந்தன. அவள் காரின் ரேடியோவைத் தட்ட அதில் ஜெர்மன் பாஷையில் அறிவிப்பு தொடர்ந்து கேட்டது. அதைச் சற்று நேரம் கவனித்து கேட்டாள்.

'ஒன்றுமில்லை. ஒரு விபத்து ஏற்பட்டு பாதை தடைபட்டிருக் கிறதாம். இன்னும் பத்து நிமிஷங்களில் க்ளியர் ஆகிவிடுமாம்.'

'அப்படியா?'

'இந்த மாதிரி பாதை அடைப்பு ஏற்பட்டால் உடனே ரேடியோ வில் அறிவித்து விடுவார்கள். மாற்றுப் பாதையைத் தேர்ந் தெடுத்துச் சென்று விடுவார்கள். விபத்துக்கு அருகே இருக்கும் நாம்தான் சற்று மாட்டிக்கொண்டோம்' என்றாள்.

'பத்து நிமிஷம்தானே?'

'பத்து நிமிஷம் முக்கியமல்லவா?'

'வாஸ்தவம்தான்.' கார் நின்றுவிட்டது. அந்த வரிசை நகர்வதாகத் தெரியவில்லை. 'உங்கள் சொந்த ஊர் எது?' என்றேன்.

'மெமிங்கன் என்று ஒரு கிராமம்.'

'தாய் தந்தையர்கள்?'

'இருக்கிறார்கள். வயதானவர்களுக்கான இல்லத்தில். வருஷம் ஒருமுறை சென்று பார்ப்பேன்.'

'உடன் பிறந்தவர்கள்?'

'இருக்கிறார்கள். எங்கே இருக்கிறார்கள் என்று தெரியாது' என்று சிரித்தாள்.

இப்போது அந்த கார் வரிசை உயிர் பெற்று மெதுவாக ஊர்ந்து முன்னேற ஆரம்பித்து. அவள் தன் கைக்கடிகாரத்தைப் பார்த்து 'சரியாக பத்து நிமிஷம். சொன்னபடி செய்துவிட்டார்கள்' என்றாள்.

'எனக்கு ஒரு சந்தேகம். எதிர்சாலை காலியாக இருக்கிறதே. அதில் புகுந்து யாரும் செல்லவில்லையே?'

'அது எதிர்ப்பாதை. எந்தக் கணத்திலும் எதிர் டிராஃபிக் நூறு கிலோ மீட்டர் வேகத்தில் வரலாம். மற்றொரு விபத்து நேர்ந்து விடும்.'

'ஒழுங்கு' என்று வியந்தேன். எங்கள் வரிசை மெல்ல மெல்ல முன்னேறி டிராஃபிக் தடைப்பட்டதன் காரண ஸ்தலத்தை நெருங்கினோம். குறுக்கே ஒரு மெர்ஸிடிஸ் கார் கவிழ்ந்த கரப்பான் போல் கிடந்தது. மிக அதிக வேகத்தில் வந்து திடீர் என்று சமாளிக்க முடியாமல் டயரோ, ஏதோ வெடித்து உருண்டு புரண்டு தரை தேய்த்து, ஹாலிவுட் படங்களில் வருமே அதுபோல் நிஜமாகவே நிகழ்ந்திருக்க வேண்டும், சாலையின் எங்கள் பாதையைக் குறுக்கே அடைத்திருந்த விபத்து. ஓரத்தில் ஏற்படுத்தப்பட்ட இடைவெளியில் எங்கள் வரிசை மெல்ல நழுவிக் கரைந்து கொண்டிருந்தது. விபத்துக் காரைச் சுற்றிலும் துடிப்பான போலீஸ் இளைஞர்கள் நின்று கொண்டிருந்தனர். பளிச் பளிச் என்று மஞ்சள் எச்சரிக்கை விளக்கு பகலிலும் பிரகாசமாக வெட்டியது. நான் ஆர்வத்துடன் பார்த்தேன். நடமாடும் ரேடியோ கமறிக் கொண்டிருந்தது.

'என்ன எல்லோரும் மேலே பார்த்துக் கொண்டிருக்கிறார்கள்' என்றேன்.

'அதோ பாருங்கள்' என்று காட்டினாள்.

நீலவானத்தில் ஒரு மெஷின் தட்டாரப் பூச்சிபோல படபட வென்று சிறகடித்துக் கொண்டு ஹெலிகாப்டர் இறங்கியது. அதன் தலைவால் சக்கரங்கள் கீச்சுக்குரலில் சுழல, அதன் காகிள்ஸ் அணிந்த பைலட் கீழே எட்டிப் பார்த்துக் கொண்டு செங்குத்தாக விபத்து காருக்கு மேலே அணுகி சுமார் இருபதடி உயரத்தில் அந்தரத்தில் தொங்கினான். ஹெலிகாப்டரினின்றும் ஒரு கம்பிக் கொக்கி இறங்க, அதில் ஒரு ஸ்ட்ரெச்சர் தொட்டில் அமைத்து, அந்த இரண்டு உடல்களையும் ஏற்றினார்கள்.

திடுக்கிட்டேன் ஒரு கணம். விபத்தில் இறந்து போயிருந்த அந்த இரண்டு பேரின் முகங்கள் தெரிந்தன. முகமா அது! கசாப்புக் கடை வெட்டுப் போல ரத்தக் குதறல்.

உடைகளிலிருந்து ஓர் ஆண், ஒரு பெண் என்று தெரிந்தது. வெள்ளை வெளேர் என்று துணி போட்டு உடல்களை மூடினார் கள். துணிகள் உடனே ரத்த நிறமாக மாறின. உடல்கள் இரண்டை யும் ஹெலிகாப்டர் தன் வயிற்றில் வாங்கிக் கொண்டு அந்தக் கொக்கி மறுபடி கீழே இறங்கியது. இப்போது அந்தக் கொக்கி யில் திறமையாகக் கம்பிகளும் வயர்களும் பொருத்தினார்கள். காரின் நான்கு மூலைகளிலும் மாட்டினார்கள். கீழே இருப்பவன் கட்டை விரலைக் காட்ட, ஹெலிகாப்டர் மெல்ல மேலே புறப் பட, கார் சற்று நேரம் அபத்தமாக அந்தரத்தில் தொங்க, மேலே ஏறி, மரங்களின் உச்சியைக் கடந்து ஒரு கோணத்தில் இன்னும் மேலேறி ஒரு நிமிஷத்தில் நீல வானில் பின்னணியில் சின்னதாகி மறைந்தது. அதே சமயம் விபத்து நடந்த இடத்தை ஒரு ராட்சச ஹோஸ், நீர்த் துடைப்பத்தால் சாலை ரத்தத்தைத் துப்புரவாக அலம்பி விட்டது.

நாங்கள் அந்த இடத்தைக் கடக்கும்போது சாலை குளித்துச் சுத்த மாகிவிட மறுபடி நாங்கள் எல்லோரும் வேகம் பிடித்தோம்.

'எப்படி?'

'ஐம் ஸாரி, வெரி ஸாரி' என்றேன்.

'எதற்கு வருத்தப்படுகிறீர்கள்? பத்து நிமிஷம்தானே தாமதம்! எவ்வளவு சீக்கிரம் சாலை மறுபடி திறக்கப்பட்டது பார்த்தீர்களா? சாலையின் ஒவ்வொரு கிலோ மீட்டரிலும் டெலிபோன் இருக்கிறது. செய்தி போய் போலீஸ் வந்து, ஹெலிகாப்டர் வந்து, எவ்வளவு துரிதம் எவ்வளவு சுத்தம் பார்த்தீர்களா?'

'ஆம்; இந்த மாதிரி எல்லாம் எங்கள் நாட்டில் கிடையாது' என்றேன்.

'இந்நேரம் அந்த இரண்டு பேரையும் கம்ப்யூட்டர் அடையாளம் கண்டுபிடித்திருக்கும்' என்றாள். ஏன் மார்ச்சுவரிக்கு எடுத்துப் போய் போஸ்ட் மார்ட்டம் செய்து புதைத்துக்கூட இருப்பார்கள் என்று தோன்றியது. சற்று நேரம் மௌனமாக இருந்தேன்.

'லெட்ஸ் ஹேவ் ஸம் ம்யூஸிக்' என்று பட்டனைத் தட்டினாள். 'மிஸ் ஒரு விஷயம் மறந்து விட்டேன்' என்றேன்.

'என்ன சொல்லுங்கள்.'

'பம்பாய்க்கு என் ரிடர்ன் டிக்கெட்டை கன்ஃபார்ம் செய்ய வேண்டும்.'

'நோ ப்ராப்ளெம்' என்றாள்.

குங்குமம்

6. அம்மா மண்டபம்

இதைவிட உற்சாகமான சந்தோஷமான தினம் இருக்க முடியுமா? திகட்டியது பரமேஸ்வரிக்கு. டூரிஸ்ட் பஸ்ஸில்தான் எத்தனை குதூகலம். வாத்திய கோஷ்டி, இளமை கலாட்டா, உள்ளத்தை, நெஞ்சத்தை வலிக்காமல் பற்ற வைத்ததுபோல், ஐஸ் வைத்து ஜ்வாலைகள் அமைத்ததுபோல் அல்லது கடல் காற்றில் மைசூர் பாக்கு செய்தது போல், கிறுக்குப் பிடித்த கன்றுக்குட்டி சந்தோஷங் கள்... இத்தனைக்கும் இருநூறு இருநூறு மைலாக தினசரிப் பிரயாணம். களைப்பைத் தர வேண்டாமா? ஊஹூம்!

காரணம் விடுதலை! பங்களூரின் அவஸ்தைகளி லிருந்து விடுதலை. காலை எழுந்தால் கணவனுக்கு டிபன் பண்ணி வைத்துவிட்டு, பால் காய்ச்சி டிகாஷன் டிகாஷன் என்று வாரம் பூராவும் இறக்கி இறக்கி, சமைத்து, காய்கறி நறுக்கி, இஸ்திரிப் பெட்டியும் இட்லி அரைக்கும் மிஷினுமாக நழுவ விட்ட நாட்களிலிருந்து ஒரு திடீர் விடுதலை.

என்ன என்னவோ ஊர்கள், எங்கெங்கோ சாப்பாடு, அடுத்த ராத்திரி எங்கே தூக்கம் என்று நிச்சயமில்லாத தனத்தில், எதிர்பார்ப்பில் துடிப்பு. எல்லாவற்றை யும்விட முக்கியம். அந்தக் குறையைப் பற்றிச் சிந்திக்க அவகாசமே இல்லாத அவசர அவசரம்.

இப்போது ஸ்ரீரங்கம் ஊரைப் பார்த்ததுமே பிடித்துப் போய் விட்டது. காரணமில்லாத பிடிப்பு. என்னவோ இந்த ஊரில் ஏதோ ஆச்சரியம் நிரம்பிய ஒரு இன்பத் திடுக்கிடல் நிகழப் போகிறது என்று அவளுக்கு உள் உணர்வில் சஞ்சரித்தது. என்ன? அதுதான்! அதுதான்! அந்த ரிஷி சொன்னபடி வருகிறது. அந்தக் கடிதத்தின் வாசகங்கள் அவள் மனத்தில் அப்படியே பதினைந்து வரிக்கு வரி நினைவிருந்தது.

'அன்புள்ள குழந்தாய்!

அரங்கன் உனக்கு சகல சௌபாக்கியங்களும் அளிக்கட்டும். உன் ஜாதகத்தையும் உன் பர்த்தாவின் ஜாதகத்தையும் பார்த்ததில் தோஷம் அவரிடத்தில்தான் இருப்பது தெள்ளெனத் தெரிகிறது. அதற்கான பரிகாரம் எளிதானது. இரண்டு பேரும் தம்பதி சமேதராய் திருவரங்கம் வந்து அம்மா மண்டபத்தில் குளித்து, ரங்கனைச் சேவித்து, உன் புருஷனின் சார்பாக வாதங்களுக்கெல்லாம் அவனிடம் நீ மன்னிப்புக் கேட்டுக் கொண்டால் அந்தத் தினமே ஸ்ரீரங்கத்திலேயே நீ கர்ப்பவதியாவது திண்ணம், பிறக்கும் ஆண் மகனுக்கு ரங்கன் என்று பெயர் வை.'

கடிதத்தைப் பற்றி கணவனிடம் சொல்லவில்லை. மனத்தில் எழுதிக்கொண்டு கிழித்துப் போட்டு விட்டாள். கடவுள் பற்றிச் சொன்னாலே, 'உங்க ரங்கனுக்கு எத்தனை பெண்டாட்டி?' என்று பரிகசிப்பான். தப்பான புராணங்களைப் படித்து வைத்துக் கொண்டு 'ரங்கநாதர் எதுக்கடி வருஷா வருஷம் துலுக்க நாச்சியாரைப் பார்க்க உறையூர் போகிறார்?' என்பான். இவள் பிரபந்தத்தைப் படித்தால் அவன் கார்ல் மார்க்ஸ்! தீவிர கம்யூனிஸ்டு. தீவிர நாஸ்திகன். அவனை எப்படியோ அப்பா தாயே என்று அழுது, அடம்பிடித்து, ஸ்ரீரங்கம் வரை அழைத்துக் கொண்டு வந்தாகி விட்டது. 'இத பார், சாமி கும்படற பிஸினஸ் எல்லாம் நம்மகிட்ட வெச்சுக்காதே. நீ வேணும்னா உள்ள போய்க் கும்பிட்டுட்டு வா! நான் பாட்டுக்கு வெளிலே நின்னுட்டு போற வர குடுமியெல்லாம் பாத்துண்டு இருக்கேன்!'

'காவேரில குளிப்பீங்க இல்லை?'

'அதுக்கென்ன மார்க்ஸ் குளிக்காதேன்னு சொல்லலை. பால்ல குளிக்காதேன்னுதான் சொல்றார்' குளிக்கும்வரை கொண்டு

வந்தாகி விட்டது. இதோ பழுப்புச் சுழல்களாக ஓடிக் கொண்டிருக்கும் காவேரியில் குளித்துக் கொண்டிருக்கிறான்.

எப்படியாவது அவனை நைஸ் பண்ணி சன்னதி வரை அழைத்துக் கொண்டு சென்றுவிட வேண்டும். பார்க்கலாம். உடனே கோபிகாஸ்திரீகள் வஸ்திராபகரணம் பண்ணப்பட்ட சிலைகள் நிறைய இருக்கின்றன என்று ஆசைகாட்டி அழைத்துச் சென்று விட வேண்டும். இப்போது குளியல் நடக்கட்டும். நல்லவேளை மார்க்ஸ் ஸ்ரீரங்கம் கோயில் படித்துறையில் ஸ்நானம் பண்ணாதே என்று எங்கேயும் எழுதவில்லை. ரிஸ்ட் வாட்ச், பணப்பை எல்லாவற்றையும் அவளிடம் கழற்றிக் கொடுத்துவிட்டு, உற்சாக மாக அலைந்து கொண்டிருந்தான். அவன் குளித்து முடித்து தான் குளிக்கக் கரையில் காத்திருந்தாள்.

நகைகளைக் கழற்றி ஒரு கர்ச்சிப்பில் முடிந்து வைத்துத் தயாராகிருந்தாள். டூரிஸ்ட் பார்ட்டியில் இருந்த இன்னும் சில பேர் தத்தம் பைகளை அவளிடம் ஒப்படைத்து விட்டு சற்று தள்ளினாற்போல் குளிக்கப் போயிருந்தார்கள். எல்லா வற்றையும் இன்பச் சுமையாக ஏற்றுக்கொண்டு, கணவன் குளிப்பதை ஆர்வத்துடன் பார்த்துக் கொண்டிருந்தாள். எச்சரிக்கைக் கரம் ஒன்று எப்போதும் மூட்டையில் படிந்திருக்க 'இதோ வருகிறேன். ரங்கநாதனே! எப்படியாவது என் கணவனை உன்பால் இழுத்துக் கொண்டு வந்துவிடுகிறேன். சத்தியம்! அதற்காக அழுகிறேன். சின்னக் குழந்தைபோல் தரையில் கால்களைத் தேய்த்துக்கொண்டு அடம்பிடிக்கிறேன். எப்படியாவது... பாரேன்!'

'ஹாய் பரமேஸ்வரி' என்று கூப்பிட்டான். தலையைச் சிலிர்த் தான்.

வெள்ளித் துளிகளை இரைத்தான். 'நீயும் வா. ஐஸ் மாதிரி இருக்கு தண்ணி!'

'நீங்கள் சீக்கிரம் குளிச்சிட்டு வாங்கோ. எல்லோரும் என்கிட்ட ஒப்படைச்சுட்டு போய்ட்டா!'

'இதபார். நான் டைவ் அடிச்சு காட்டட்டுமா?'

'வேண்டாம். வேண்டாம். வெள்ளம் ஜாஸ்தியா இருக்கு.'

'தொபளக்' என்று குட்டிக்கரணம் அடித்து தண்ணீரில் மறைந்து ஒரு கணம் வயிற்றில் பயத்தை நிரப்பிவிட்டு, திடீர் என்று பிறந்தான்.

'வாங்கோ, வாங்கோ!'

கையில் ஏதோ குறுகுறுக்க திரும்பிப் பார்த்தால் அந்தப் பையன் வெகுவேகமாக ஓடிக் கொண்டிருந்தான். எதற்காக இப்படி எதிர்ப்பக்கத்தில் ஓடுகிறான், யாராவது துரத்துகிறார்களா என்ன என்று திரும்பிப் பார்த்தாள். ஒருவரும் இல்லை. சின்னப் பசங்கள் என்று சிரித்துக் கொண்டு கணவன் பக்கம் சொட்டச் சொட்டப் புன்னகையுடன் பார்த்தாள்.

'உங்களைப் பார்த்தா கம்யூனிஸ்ட்டுன்னு யாரும் சொல்ல மாட்டா.'

'ஏன்?' எனத் துண்டுக்குளிருந்து முகம் கேட்டது.

'முதலாளி வர்க்கம் மாதிரித்தான் பெருத்து, தொந்தி போட்டிருக்கிங்க.'

'ஒல்லியா முதலாளியும் இருக்கான். பருமனா பாட்டாளியும் இருக்கான். கொழுப்பெல்லாம் மனசில்தான் இருக்கு. வாட்சைக் கொடு, துணி மூட்டையிலிருந்து வாட்சை எடுத்து... எங்க மூட்டை?'

சுத்தமாக இடம் காலியாக இருந்தது.

'அய்யோ.'

'என்ன பரமேச்?'

'காணம்.'

'என்ன காணம்?'

பரபரவென்று உடம்பில் பயம் பற்றிக்கொள்ள தேடினாள். தேடினாள்.

'என்ன தேடறே?'

'இங்க தான் வெச்சிருந்தேன்.'

'என்னது?'

'எல்லாத்தையும்.'

'அய்யய்யோ! எல்லாத்தையும்னா எல்லாத்தையுமேவா?'

'இல்லையே, அவா குடுத்த மூட்டை இருக்கே? சின்னதா கர்சீப்பில் முடிஞ்சு வெச்சிருந்தேன்.'

'இரு. இரு. நிதானமா பதில் சொல்லு, என்ன முடிஞ்சு வெச்சிருந்தே.'

'உங்க வாட்ச்சு, பணம், நீங்க குடுத்த பணம், அப்புறம்...'

'என்ன அப்புறம்?'

'என் சங்கிலி!'

'சங்கிலியை எதுக்குக் கழட்டித் தொலைச்சே?'

'குளிக்கறபோது தண்ணில அடிச்சுண்டு...'

'சனியனே குளிக்கறதுக்கு முன்னாடியே போச்சு, திருட்டுப் போச்சு.'

அவள் அழ ஆரம்பித்தாள்.

'அழு, அழுது என்ன பிரயோசனம்? கொஞ்சமாவது கவனம் வேண்டாம். உன்னை எதுக்காக உக்காத்தி வெச்சுட்டுப் போனது? பறிகொடுத்துட்டு நிக்கறதுக்கா முண்டம், முண்டம்?'

இப்போது அவள் காவேரிக்குப் போட்டியாய் கண்ணீர் பெருக்கினாள்.

'யாராவது போறதைப் பாத்தியா திருடன் மாதிரி?'

'ஒரு சின்னப் பையன் பக்கத்தில் வந்த மாதிரி இருந்தது. திரும்பப் பார்க்கறதுக்குள்ளே நிமிஷமா மறைஞ்சி போய்ட்டான்.'

'நீ பாத்துண்டே இருந்தியா? கூச்சல் போடறதானே?'

'எனக்கு என்னமோ இந்த மாதிரி புண்ணிய ஸ்தலத்தில் திருட்டு நடக்கும்னு தோணலை!'

'என்ன சார் ஆச்சு?'

'திருட்டுப் போய்டுத்தா?'

'அடடா, ச்...ச்...ச்...'

'மொத்தம் எத்தனை போயிருக்கும். என்ன என்ன சொன்னே முண்டமே?'

அழுதுகொண்டே 'சங்கிலி, மோதிரம், வாட்ச், பணம் நீங்கள் கொடுத்திருந்தீங்களே...'

'அறுநூறு ரூபாய்! அதுவும் போச்சா? சரி, அவா குடுத்து வெச்ச சாமான் ஒண்ணும் போகலயா. சரியா பாரு!'

'இல்லை. இல்லை. அந்த விதத்துல கொஞ்சம் புண்ணியம் பண்ணிருக்கோம்.'

'புண்ணியம். ப்ளடி ஷிட். பேசாதே. புண்ணியத்தைத் தேடிண்டு, சாமி கும்பிட வந்தே பாரு! ஏண்டி, என்ன பாவம் பண்ண நீ? எதுக் காக? அல்லும் பகலும் விளக்கேத்தி வெச்சு சாமி கும்பிட்டியே எதுக்கு... சாமி திருடன் ரூபத்தில் வந்து காணிக்கை எடுத்துண் டாரா?'

'எதுக்காக அந்தம்மாவத் திட்டறீங்க. திருட்டுப் பயலுவ ரொம்ப உலாத்தறாங்க. போய் போலீசில் உடனே புகார் கொடுங்க.'

'வா, என் பின்னாடி வந்து தொலை! கொஞ்சம் இரு! அவங்க சொத்தைத் திருப்பிக் கொடுத்துட்டு வந்துடறேன். இங்கேயே அழுதுண்டு இரு.'

போலீஸ் நிலையத்துக்குப் போகும்போது, 'அடிச்சுண்டேன், இந்த நகையெல்லாம் வேண்டாம். எதுக்கு நகை? எதுக்கு? அதனால் முடிவில்லாத அல்லல், சே!'

போலீஸ் நிலையத்தில் எட் கான்ஸ்டபிள் தினமலர் படித்துக் கொண்டிருந்தார்.

'வாங்க என்ன விஷயம்?'

'இன்ஸ்பெக்டர் எங்கய்யா?'

தோரணை அவரை நிமிர வைத்தது.

'கோயிலுக்குப் போயிருக்கார்.'

'அவருக்கு கோயில்ல என்ன வேலை?'

'அதைப் பத்தி உங்களுக்கென்ன?'

'உங்களுக்கெல்லாம் வேற கவர்மெண்ட் வரணும்யா?'

'சரிதான் போய்யா. விஷயம் என்ன சொல்லு. இல்லாட்டி ஊட்டைப் பார்க்க போய்க்கிட்டே இரு.'

'திருட்டுப் போய்டுத்து. சுமார் ஆயிரம் ரூபாய் சாமான்.'

'எங்கே?'

'அதான், அது என்ன இடம்? அம்மா மண்டபம்?'

'அப்படியா! கொஞ்சம் இருங்க' அவர் உள்ளே சென்று பெரிய ரிஜிஸ்தரை எடுத்து வந்து,

'பேர் சொல்லுங்க.'

'யோவ்! இன்ஸ்பெக்டர் எங்கய்யா?'

'அதான் சொன்னனில்லை.'

'கோயில்ல எங்க பார்க்கலாம் அவரை?'

'சன்னதியில்தான்!'

'வா பரமேஸ்வரி போகலாம்.'

'எங்கே?'

'கோயிலுக்குத்தான். ரங்கநாத ஸ்வாமிகிட்டயும் ஒரு கம்ப்ளெய்ண்ட் கொடுத்துட்டு வரலாம். இன்ஸ்பெக்டர் அங்கதான் இருக்கார். அதுக்காக உள்ள போய்த் துலைக்க வேண்டியிருக்கு. உங்க எஸ்.பி. யாருய்யா?'

'ஏன்? தெரியுங்களா?'

'எல்லோரையும் தெரியும். நான் சொன்னா இந்தப் போலீசே நடுங்கும்!'

'நீங்க யாருங்க? கட்சியா?'

'வா பரமேஸ்வரி.'

நான்முகன் கோபுர வாசல், கெருட மண்டபம் என்று கடந்து உள்ளே செல்லும்போது பரமேஸ்வரி 'ரங்கா! என்னைக் கூப்பிடு கிறாயா?' என்று நினைத்தாள்.

நீண்ட கியூ வரிசையைக் கடந்து அதை ஒழுங்கு பண்ணிக் கொண்டிருந்த இன்ஸ்பெக்டர், ஏறக்குறைய சன்னதி வாசலி லேயே இருந்தார். நேராக க்யூ வரிசையைப் புறக்கணித்து சன்னதிக்குள் சென்று விட்டான்.

'இன்ஸ்பெக்டர் ஐ வாண்ட் டு ரிப்போர்ட் எ பிக் தெஃப்ட்.'

'ஆ... ஆ... சேவார்த்திகளெல்லாம் படபடன்னு சேவிச்சுட்டு போறது, உங்களுக்கென்ன ஸார் அர்ச்சனையா?'

'ஓய் அர்ச்சனையும் இல்லை. மண்ணாங்கட்டியும் இல்லை. தோத்துட்டு வந்து, போலீஸ் இன்ஸ்பெக்டரைப் பார்க்க வந்தேன்.'

'ஸார் உங்களைத்தான் கூப்பிடறார்!'

இன்ஸ்பெக்டர் அவனைத் தனியாக அழைத்துப் போக பரமேஸ்வரி பெருமாளுக்கு மிக அருகில் இருந்தாள். 'பெருமானே பகவானே என் முன் ஜோதியாய் நிற்கிறாய். மார்பில் நீலமேகம், பின்னால் கிடந்த திரு உருவம்! கணநேர மெய்மறப்பில் காவேரிக் கரையில் நடந்ததைப் பரிபூரணமாக மறந்து, 'ரங்கா, எனக்கு என் உள்ளம் பூராவும் நிறைந்து இருக்கும் அந்த இச்சையைப் பூர்த்தி செய். அஞ்சு வருஷமாகப் பிள்ளைப் பேறில்லாமல் நடத்திய வெற்று வாழ்க்கைக்கு அதை முடிப்ப தற்கு ஒரு பிள்ளையைக் கொடு ரங்கா! ரங்கா!'

'வேண்டிக்கோ! திருட்டுப்போன நகை நம்ம கால்ல வந்து விழணும்னு வேண்டிக்கோ.'

போலீஸ் நிலையத்தில் ஆர்ப்பாட்டம் செய்தான். எம்.பி. மினிஸ்டர் வரை போகும். பத்திரிகையில் அசெம்பிளியில்

எங்கும் இந்தத் திருட்டுப் பேசப்படும் என்று தடாலடித்தான். பயந்த இன்ஸ்பெக்டர், 'இன்னிக்கு ஸ்ரீரங்கத்தில் தங்கி இருந்துட்டு நாளைக்குப் போங்க' என்றார்.

'நாளைக்குள் என்ன நடக்கும்?'

'அந்தத் திருடனை உங்க முன்னால கொண்டுவந்து நிறுத்திக் காட்டுறேன். அம்மா, கொஞ்சம் வாங்க அவனை நீங்க பார்த்தீங்களா?'

'ஓடறதைப் பார்த்தேன்.'

'என்ன சர்ட்டுப் போட்டிருந்தான்?'

'தெரியல! மஞ்சள் மாதிரி இருந்தது.'

'விந்தி விந்தி நடந்தானா?'

'ஓடினான். ரொம்ப வேகமா... பயந்துகொண்டே முதுகை மட்டும்தான் பார்த்தேன்.'

'சரிதான்! மறுபடி சொல்லுங்க, நதிக்கரை ஓரமாக உட்கார்ந்திருந்தீங்க!' மறுபடி மறுபடி கேள்விகள்.

ஒரு மணிக்கு அப்புறம் களைத்துப்போய் அழ ஆரம்பித்து விட்டாள். 'நீங்க போங்க, இது ஒரு எம்.ஓ. கிரைம்தான். ஆளு யாருன்னு தெரியும். காலைல புடிச்சுக் கொண்டாந்துடறேன். மணச்சநல்லூர் ஆசாமி. போங்க உங்க பொருள் கிடைச்சுடும்.' ராத்திரி ராயகோபுரத்தருகில் மண்டபத்தை அடைத்துக் கட்டின ஓட்டலில் ரூம் எடுத்துக்கொண்டு தங்கினார்கள்.

பின்னிரவில் விழித்தெழுந்து ஒருமுறை பரமேஸ்வரி என்று கூப்பிட்டான்.

'என்ன?'

'ஸாரி உன்னை எல்லார் முன்னாலயும் கன்னா பின்னான்னு பேசிட்டேன். ரொம்ப ஸாரி!'

'பரவாயில்லை. நான் பண்ணது தப்புதான். கவனக்குறைவு.'

'எனக்கு நகை பெரிசில்லை. பணம் பெரிசில்லை. இந்த நாட்டில் இந்த மாதிரி அடிச்சுப் பிடுங்கற நிலைமை பார்த்தியா!

அத்திருடன் அகப்பட்டான்னா செவிட்டில் அரைஞ்சு ஏன்டா உனக்கு ஒழுங்கா உழைச்சுப் பிழைக்கத் தெரியாதான்னு…'

'அடிக்க வேண்டாம்.'

'வா பரமேஸ்வரி.'

அவளை அழைத்து குறுகலான நாடாக் கட்டிலில் படுக்க வைத்து, 'பரமேஸ்வரி, பரமேஸ்வரி.'

'வாங்க இன்னும் கொஞ்சம்! இன்னும் கொஞ்சம்.'

காலை பத்து மணிக்குப் போலீஸ் நிலையத்துக்குப் போனபோது இன்ஸ்பெக்டர் சுறுசுறுப்பாக எழுதிக் கொண்டிருந்தார். நிமிர்ந்து பார்த்து, 'வாங்க! யோவ் அந்தாளை அழைச்சுட்டு வாய்யா.' கான்ஸ்டபிள் உள்ளே செல்ல, உக்காருங்க.

'ஆளைப் புடிச்சுட்டீங்களா?'

'ஆச்சு. புடிக்காம? அம்மா நீங்க அவனைப் பாத்திங்க இல்ல?'

'நான்தான் சொன்னேனே ஓடறதைப் பாத்தேன்னு.'

'உங்க ஒய்ஃப் கிட்ட சொல்லிடுங்க. பாஸிட்டிவா அடையாளம் காட்டிடணும்.'

'பழைய கேடி அவன். வவ்வுனு புடிச்சாச்சு.'

'பணம் என்ன ஆச்சு?'

'பணத்தைச் செலவழிச்சட்டான். ஒரே நாள்லே வேட்டு விட்டுட்டான்.'

'அடப்பாவி?'

'அப்புறம் நகை?'

'நகையை எங்கேயோ மார்வாடி கடைல கொடுத்திருக்கான். சொல்ல மாட்டேங்கறான். நாலு தட்டு தட்டினா வந்துறும். நீங்க கவலைப்படாதீங்க. ஏம்மா அது என்ன சங்கிலி?'

'தாம்புக் கயிறு சங்கிலி. ஒத்தை வடம்.'

'எவ்வளவு பவுன் இருக்கும்?'

'மூணு பவுன் இருக்கும்!'

'மார்வாடி இந்நேரம் உருக்கியிருப்பான். நீங்க என்ன பண்றீங்க? அந்தச் சங்கிலி என்ன டிசைன்னு வரஞ்சு கொடுத்துடுங்க. பவுன் கிடைச்சுடும். கிடைச்சதும் லெட்டர் போடறேன். மேக்கிங் சார்ஜஸ் மட்டும் அனுப்பிடுங்க. அதேமாதிரி ஏறக்குறைய தட்டானை வெச்ச செஞ்சு இன்ஷூர் பண்ணி அனுப்பிடறேன். கோர்ட்டில இல்லைன்னா ஒத்துக்க மாட்டாங்க! வாடா!'

கலைந்த தலையுடன் அவன் நொண்டி நொண்டி வந்தான். பத்தொன்பது வயது இருக்கும். மீசை வைத்திருந்தான். அழுக்காக இருந்தான். வட்டமான முகம். உதடுகள் தடித்து வீங்கியிருந்தன. காதோரத்தில் ரத்தம் வடிந்து உலர்ந்திருந்தது.

'நல்லா குடிச்சுட்டு சண்டை போட்டிருக்கான், அதான் காயம். என்னடா?'

அவன் தலையைக் குனிந்து கொண்டிருந்தான்.

'பாருங்கம்மா! இவன்தானே?'

பரமேஸ்வரி அவனைப் பார்த்தாள். யார் இவன்? இவன்தான் என்று எப்படிச் சொல்ல முடியும்?

பணம் இல்லை. நகை உருகிவிட்ட பின் என்ன அடையாளம்?

'திரும்புடா! சரியாப் பாருங்கம்மா! இவன்தானே?'

'என்ன பரமேஸ்வரி இவன்தானே?'

'அ... இவந்தாங்க. ஏய் இந்தம்மா காவேரிக் கரையில் உக்காந்துக்கிட்டு இருந்தபோது பை திருடினியா?'

'ஆமாங்க. நாந்தாங்க. ஆமாங்க, ஆமாங்க!'

'பணம் எடுத்தியா?'

அவர் கிட்டப்போக அவன் கிலியிலும் பீதியிலும் 'எடுத்தேன் எடுத்தேன்' என்றான். தன்னிச்சையாக அவரைச் சேவிக்க ஆரம்பித்தான்.

சிறுகதை எழுதுவது எப்படி? | 79

பரமேஸ்வரியின் கணவன் அவன் அருகில் சென்று 'ஏய் உன் பேர் என்ன?'

'ரங்கன்.'

'இவன் இல்லை! சத்தியமா இவன் இல்லவே இல்லை' என்று கூவினாள் பரமேஸ்வரி.

சாவி

7. வந்தவன்

பாத்திரங்கள் : மணி அய்யர், லட்சுமி - அவர் மனைவி, ஒரு இளைஞன்.

நேரம் : நிகழ்காலம். இரவு சுமார் 9.30

இடம் : மணீஸ் கபே.

காட்சி : *கிளப், ஹோட்டல், காப்பிக் கடை, மெஸ் என்கிற எந்த ரகத்திலும் சேராத நடுவாந்தர மான மணீஸ் கபேயின் பதினைந்துக்கு இருபது அடி இடத்தை 'ஹால்' என்று சொல்ல முடியாது. அதில் மூன்று அழுக்கு மேஜைகளும், அவற்றின் அருகே முக்காலி களும் அந்த இடத்து வியாபார ஆரோக்கி யத்தைத் தெரிவிக்கின்றன. இடது பக்கத்துப் பட்சண அலமாரி ஏறக்குறைய காலியாக இருக்கிறது. மேல் தட்டில் மட்டும் இரண்டு மைசூர் பாக். வெங்கடாசலபதிக்கு ஒரு ஊது பத்தி. ஓரத்தில் கையலம்ப ஒரு குடம் தண்ணீர். அதன் அருகே ஒரு அலுமினிய தம்ளர். நடுவே பின்புறத்தில் பழைய புடவை திரையாகத் தொங்கும் வாசல் விளிம்பில் புகைத் தடங்கள், அங்கேதான் சமையல் என்கின்றன. வலது பக்க ஓரத்தில் கல்லா மேஜை. அறையில் யாரும் இல்லை.*

ஓர் இளைஞன் உள்ளே நுழைந்து சுற்றிலும் பார்க்கிறான். அவனை இருபத்திரண்டு மதிக்கலாம். முகத்தில் ஏழு நாள் தாடி. சட்டைப் பையின் ஓரத்தில் தையல் பிரிந்திருக்கிறது. லாண்டரியை நெடுநாளாகப் பார்த்திராத பாண்ட் உருட்டையாக பைஜாமா ஷேப்பிற்கு வந்திருக்கிறது. அரதல் செருப்பு.

இளைஞன் : யாரும் இல்லையா? (பதில் இல்லை. சற்று உரத்த குரலில்) யாருமில்லையா?

(மணி அய்யர் உள்ளேயிருந்து வருகிறார். அவருக்கு ஐம்பது வயதிருக்கும். இடது கையில் கட்டியிருக்கும் கடிகாரம் ஒன்றுதான் அவர் மேனியில் சற்று விலையுயர்ந்து என்பது தெரிகிறது. அவர் முகத்தில் வசீகரமும், சட்டென்று சிரித்துப் பேசும் விருப்பமும் தெரிகிறது. ஈரக் கையை வேஷ்டியில் துடைத்துக் கொள்கிறார்.)

மணி அய்யர் : என்ன இந்த வேளையில வந்திருக்கேள்? எல்லாம் மூடியாச்சு.

இளைஞன்: கதவு திறந்திருந்ததே?

மணி: வாடிக்கையா வர வேண்டியவர் ஒருத்தர் வரணும். சினிமாக்குப் போயிருக்கார். வந்ததும் மூடிடுவேன். அவருக்கு சாப்பாடு வெச்சிருக்கு.

இளைஞன்: சாப்பாடு இருக்கா?

மணி: எக்ஸ்ட்ராவா இல்லையே!

இளைஞன்: இப்ப எனக்குப் பசிக்குதே அய்யரே.

மணி: மன்னிச்சுக்கோங்கோ... எல்லாத்தையும் ஒழிச்சுப் போட்டாச்சு. அவருக்கு வெச்சிருக்கிற சாப்பாட்டைப் போட்டா சில்லைப் பேத்துருவார்.

இளைஞன்: நல்ல பசியில வந்திருக்கேன்.

மணி: பக்கத்திலே வெங்கடா லாட்ஜ் இருக்கே. அங்க போங்களேன், சப்பாத்தி சுடச் சுடக் கிடைக்கும்.

இளைஞன்: எல்லாம் மூடியிருக்கு சாமி.

மணி: ஓ! இன்னைக்குத் திங்கக்கிழமையா? இப்படியே பொடி நடையாப் போனேள்னா ஸ்டேஷனுக்குப் பக்கத்தில் டீக்கடைல குஸ்கா, பாயா, குருமான்னு கிடைக்கும்.

இளைஞன்: அங்கெல்லாம் சந்தடி ஜாஸ்தி... ஒண்ணுமே இல்லையா? அதென்ன. மைசூர் பாக்தானே... அதைத்தான் கொடுங்களேன்.

மணி: *(அசட்டு சிரிப்புடன்)* மைசூர் பாக்தான். ஆனா நான் அதை ரெகமெண்ட் பண்ண மாட்டேன். கொஞ்சம் கட்டி தட்டிப்போச்சு.

இளைஞன்: ச்! *(தலையை உள்ளங்கையில் பதித்து யோசிக்கிறான்).*

மணி: *(அவனை வாத்ஸல்யத்துடன் பார்த்து)* ரொம்பப் பசி போல இருக்கு. வேணா ஒண்ணு செய்யறேன். அஞ்சு நிமிஷம் காத்துண்டிருந்தீங்கன்னா உப்புமா கிண்டித் தரச் சொல்றேன்.

இளைஞன்: *(நிமிராமல்)* சரி, செய்யுங்க. காத்திருக்கிறேன்.

மணி: *(திரை நோக்கி)* லட்சுமி! ஒரு இரண்டரை பிளேட் உப்புமா கிண்டிடறியா? பசியோட ஒரு கஸ்டமர் வந்திருக்கார்...

லட்சுமியின் குரல்: ரவை இல்லை. நேத்திக்கே தீர்ந்து போச்சு...

மணி: *(அவனைப் பார்த்து)* ஸாரி!

இளைஞன்: என் ராசி அது.

மணி: ஒரு நிமிஷம் இருங்கோ. கால் கிலோ ரவை வாங்கிண்டு வந்துடறேன். பாய் கடை திறந்திருக்கும் *(வெளியே செல்கிறார்).*

இளைஞன் அவர் சென்றதும் தலைநிமிர்ந்து தன் உடலில் எங்கே வைத்தோம் என்று எதையோ தேடுகிறான். சட்டைப் பையிலிருந்து

ஒரு பாதி சிகரெட்டை எடுத்துப் பற்ற வைத்துக் கொள்கிறான். தன் சொந்தக் கவலைகளில் ஆழ்ந்தவன் போல் காணப்படுகிறான்.

மணி: *(ஒரு பொட்டலத்துடன் திரும்பி வந்து)* என்ன இது சிகரெட் பிடிக்கிறேள்! இங்கெல்லாம் பிடிக்கக் கூடாது.

இளைஞன்: ஸாரி! *(சிகரெட்டின் நெருப்புத் தலையைக் கொய்து அதை அணைத்து மறுபடி சட்டைப் பையில் போட்டுக் கொள்கிறான். மணி அய்யர் உள்ளே சென்று 'சட்டுனு பண்ணிடு. என்ன! இந்தா' என்று சொல்லி விட்டுத் திரும்ப வருகிறார்).*

இளைஞன்: *(ஏதோ பேச வேண்டுமே என்பது போல)* ஏன் அய்யா, இந்த ஹோட்டல் என்ன இவ்வளவு க்ஷீணமா இருக்கு?

மணி: ஷ்! இரைஞ்சு ஹோட்டல்னு சொல்லாதீங்கோ. கார்ப்பரேஷன்காரன் காதிலே கேட்டுடப் போவுது. இது மெஸ், ப்ரைவேட்டா நடத்திண்டிருக்கேன்.

இளைஞன்: ஏதோ மெஸ்ஸு. இடம் சுமாரா இருக்குதே, நல்லாவே நடத்தலாமே, நல்லா கட்டலாமே?

மணி: கட்டலாம். பணம்? கால் கிலோ ரவைக்கு கணக்கு சொல்லிட்டு வந்திருக்கேன்.

இளைஞன்: *(அதிக சுவாரஸ்யமின்றி)* தினப்படி நல்ல வசூல் ஆகாது?

மணி: எங்கே? பத்துப் பேர் வாடிக்கையா சாப்பிடறா. அவாளுக்கு மாதாந்திரக் கணக்கு. சாயங்காலம் லிமிட்டா டிபன் போடுவேன். காப்பி உண்டு. கல்லால முப்பது ரூபா தேறும். என்ன பிரயோசனம்? தினப்படி இருபத்தைந்து ரூபாய்க்கு கார்த்தால செலவு இருக்கே.

இளைஞன்: இந்த இடத்துக்கு என்ன வாடகை?

மணி: என் சொந்த வீடுதான். அதனாலதான் நடத்த முடியறது. இல்லைன்னா நான் எப்பவோ போண்டி. இருந்தாலும் கஷ்ட ஜீவனம்தான் சுவாமி!

(இளைஞன் அவரை மேலும் கீழும் பார்க்கிறான்).

மணி: என்ன பார்க்கறேள்?

இளைஞன்: உங்க மாதிரி ஆள் எல்லாம் பார்க்க ஏழ்மையா இருந்தாலும் உள்ளுக்குள்ளே நிறைய வெச்சிருப்பாங்கன்னு கேள்விப்பட்டிருக் கேன்.

மணி: *(சிரித்து)* உள்ள நாலஞ்சு அலுமினியப் பாத்திரம் இருக்கு... வாஸ்தவம்தான். ஒரு காலத்தில் நான் பாரசூட் ஸில்க்கில ஜிப்பா போட்டதுண்டு. கை நிறைய மோதிரம் போட்டுண்டு 'மணீஸ் கபே பிராமணாள் காப்பி சாப்பாடு ஒட்டல்'னு இதே இடத்தில பிர மாதமா நடத்திண்டிருந்தேன். கார்த்தாலே இட்லிக்கு க்யூ நிற்கும். ரேடியோ என்ன, ஐஸ் பெட்டி என்ன, வாழைத்தண்டு விளக்குள் என்ன...

இளைஞன்: என்ன ஆச்சு எல்லாம்?

மணி: எல்லாம் போயிடுத்து. *(வாட்ச்சைக் காட்டி)* பாக்கி இதுதான். எதனால? ரெண்டு விஷயத் தினால. ஒண்ணு போட்டி, இன்னொன்னு தானம். பக்கத்தில வெங்கடா லாட்ஜ் வைச்சிருக்கான் பாருங்கோ... என்கிட்ட சரக்கு மாஸ்டரா இருந்தவன். நெளிவு சுளிவெல்லாம் கத்துண்டான். எனக்கே வத்தி வெச்சுட்டான். தோசை போடறவன், அரைக்கிறவன் எல்லோ ரையும் சப்ஜாடா அழைச்சுண்டு போய்ட்டான். தனியா ஆரம்பிச்சுட்டான். என் விலைக்கு அஞ்சு பைசா குறைச்சே வித்தான். பெரிசா வந்துட்டான். ஏஸி ரூம், ஃபேமிலி ரூம். ஜனங் களுக்கு மசப்பிலயும் பகட்டிலயும்தானே மோகம். என் வியாபாரம் படுத்துப் போச்சு.

லட்சுமியின் குரல்: உப்புமா ரெடி!

(மணி அய்யர் உள்ளே செல்கிறார். இளைஞன் மறுபடி தன் உடம்பில் தேடி பனியனுக்குள் கை விட்டுத் தொட்டுக் கொள் கிறான். அவன் கண்களில் எதிர்பார்ப்பும் பசியும் தெரிகிறது. மணி அய்யர் தட்டில் ஆவி பறக்க உப்புமாவுடன் வருகிறார்.)

மணி: கொஞ்சம் ஊறுகாயும் சக்கரையும் தொட்டுக்க வெச்சிருக்கேன். எப்படியிருக்கு பாருங்கோ...

(இளைஞன் மிகுந்த ஆர்வத்துடன் அதைச் சாப்பிடத் துவங்கு கிறான்.)

மணி: அப்புறம் என்ன ஆச்சு... என் பணத்தையெல் லாம் கோஷ்டியா ஒரு கும்பல் ஒழிச்சுது. என் மச்சினனோட சேர்ந்துண்டு 'இங்க்' ஃபாக்டரி வெக்கலாம்னு அது ஒண்ணை ஆரம்பிச்சு ஏக நஷ்டப்பட்டேன். இப்ப வந்து 'என்ன மணி வீட்டை விக்கறீங்களா?'ன்னு கேக்கறான் வெங்கடாலாட்ஜ். திமிரு... விட்டுடுவனா பிடி வாதமா நடத்திண்டிருக்கேன். என் நெத்திலே பாருங்க.

இளைஞன்: *(நிமிர்ந்து)* என்ன?

மணி: 'இங்கு ஏமாறப்படும்'னு எழுதியிருக்கே. தெரியலை.

இளைஞன்: *(சிரிக்கிறான்).*

மணி: என் தம்பி ஒருத்தன் ப்ரோ நோட்டு கொடுக்காம அஞ்சாயிரம் ரூபா வாங்கிண்டு போனான். அப் புறம் என் சம்பந்தி ஒருத்தர் மலை முழுங்கி. அப்புறம் பாழாப் போற முனிசிபாலிட்டி எலெக்ஷன். எல்லாத்தையும் சேர்த்தாச்சு...

இளைஞன்: ம்... ம்... *(சாப்பிடுவதில் கவனம்)*

மணி: ஆனா பணம் இல்லாதது இப்ப நிம்மதியாப் போச்சு. பணம் இருந்தா பிடுங்கல் ஜாஸ்தி... தூக்கம் குறைச்சல். இப்ப ஒருத்தனும்

என்னைப் பார்க்க வரதில்லை. ஹிஹின்னு பல்லை இளிக்கிறதில்லை. பசியாற பத்துப் பதினைஞ்சு பேருக்குச் சோறு போடறேன். பட்டினி கிடக்கல. தலைக்கு மேலே ஒரு கூரை இருக்கு. அதுக்கு மேலே என்ன வேணும்? உங்க மாதிரி நல்ல பசியோட வர ஆத்மாவுக்குப் பண்ணிப் போடறதில் உள்ள சந்தோஷம் எனக்குப் போறும்.

(இளைஞன் தண்ணீர் குடித்துவிட்டுத் தட்டிலேயே கை அலம்பிக் கொள்கிறான்.)

(அவர்கள் இருவரும் கல்லாவுக்கு அருகில் வருகிறார்கள்.)

இளைஞன்: எத்தனை?

மணி: என்ன பெரிசா... ஒரு ரூபா குடுங்களேன்...

இளைஞன்: *(தன் பையில் கை விட்டு)* சில்லறை இருக்கா?

மணி: எத்தனைக்கு?

இளைஞன்: அம்பதுக்கு.

மணி: இருக்காதுன்னு நினைக்கிறேன். இருங்கோ பார்க்கறேன்.

(மணி அய்யர் தன் பூணூலிலிருந்து சாவியை எடுத்து கல்லா மேஜையின் டிராயரைத் திறந்து அதனுள் இருக்கும் காசை எண்ணுகிறார். இளைஞன் தன் பனியனுக்குள் கைவிட்டு இடுப்பில் உள்ளே பத்திரப்படுத்தி வைத்திருந்த பொருளை எடுக்கிறான். சுமார் ஆறு அங்குல நீளமுள்ள பிடி வைத்த கத்தி அது.)

மணி: *(பணத்தை எண்ணிக் கொண்டு)* முப்பத்து மூணு ரூபா சில்லறைதான் இருக்கு.

இளைஞன்: போதும். எடுங்க அதை.

மணி: அம்பதுல ஒண்ணு போச்சுன்னா... நாப்பத்தி *(நிமிர்கிறார். இளைஞன் கையில் கத்தியைப் பார்த்துத் திடுக்கிட்டு)* என்னது!

இளைஞன்: *(அழுத்தமாக)* சத்தம் போடக் கூடாது. கத்தியாலே கிழிச்சுருவேன். எல்லாத்தையும் குடுத்துரு!

மணி: ஐயையோ! *(இளைஞன் கத்தியை அவர் முகத்தருகில் நீட்ட, அப்படியே ஸ்தம்பித்து வாயடைத்துப் போகிறார்)* என்ன செய்யணும்?

இளைஞன்: எல்லாக் காசையும் எடு அய்யரே! அநாவசியத்துக்குக் கூச்சல் போடாம இருந்தா ரத்தச் சேதம் ஏற்படாது.

மணி: வேண்டாம், வேண்டாம்! இந்தாங்கோ! *(மிகவும் தயாராக அத்தனை நோட்டுகளையும் அவன் கையில் திணிக்கிறார்)* எடுத்துண்டு போயிடுப்பா. எனக்குப் பதர்றது.

இளைஞன்: *(அவசரமாக அந்த நோட்டுகளைத் தன் பையில் திணித்துக் கொண்டு)* சில்லறை எங்கே?

மணி: இந்தாங்கோ, இந்தாங்கோ *(கிண்ணியை அவன் கையில் கவிழ்க்கிறார்).*

இளைஞன்: வாட்ச்சு?

மணி: இந்தாங்கோ *(கழட்டிக் கொடுக்கிறார்).*

இளைஞன்: *(அவற்றைப் பாக்கெட்டில் திணித்துக் கொண்டு)* நான் போறப்போ சத்தம் போடுவியா, *(கத்தியைக் காற்றில் கீறுகிறான். அவன் கை நடுங்குகிறது.)*

மணி: போடலை! போடலை!

இளைஞன்: கம்முனு இருக்கியா?

மணி: இருக்கேன்... *(வாயைப் பயத்துடன் பொத்திக் கொள்கிறார். அநேகமாக அழுகை.)*

இளைஞன்: போறதுக்கு முன்னாலே ஒண்ணே ஒண்ணு சொல்றேன். என்னை கிராதகப் பயல்னு

நெனைச்சுப்பே. உள்ள வந்தவனை விசாரிச்சு திங்கக் கொடுத்தவன்கிட்ட திருடிட்டுப் போறேன்னு நினைப்பே. பரவாயில்லை அய்யரே. உனக்கு ஒரு நிழல் இருக்கு. அடுத்த வேளை சோத்துக்கு ஒரு உத்தரவாதம் இருக்கு. ஒரு சம்பாத்தியம் இருக்கு. எனக்கு அது ஒண்ணும் கிடையாது. படிச்சேன். என்ன பிரயோஜனம்? இப்பநான் தின்னது மூணு நாளைக்கு அப்புறம் திங்கற முதல் ஆகாரம்; ஏமாத்தி சம்பாதிக்கத் திறமை இல்லை. எங்க பார்த்தாலும் போட்டி... நாய்ப் பிழைப்பு... நம்பினா நம்பு நம்பாட்டா போ. நான் செய்யற முதல் திருட்டு இது... உன்னை மாதிரி அப்பாவிகிட்டதான் என்னால திருட முடியும். நாணயமா சம்பாதிக்க முயற்சி பண்ணி எனக்கு அலுத்துப் போச்சு. உன் கதையைச் சொன்னே. என் கதையில ஏழைமையையும் பசியையும் தவிர வேற ஒண்ணும் கிடையாது. ஸாரி.

(இளைஞன் விருட்டென்று கிளம்பிச் செல்ல, அவன் சென்ற திசையைப் பார்த்துக் கொண்டிருக்கிறார் மணி அய்யர். திடீர் என்று ஞாபகம் வந்தவராக வெளியே செல்கிறார்.)

மணி அய்யரின் குரல்: சொல்ல மறந்துட்டேன். அந்த வாட்சைக் கொஞ்சம் அப்பப்ப ஆட்டிக்குங்க... அப்பத் தான் ஓடும் *(சொல்லிவிட்டு வந்து கல்லாவில் உட்காருகிறார்).*

லட்சுமி: *(ஒரு தம்ப்ளரைக் கலக்கிக் கொண்டே நுழைந்து)* போயிட்டாரா? அடடா பயத்தங் கஞ்சி கொஞ்சம் இருந்தது. சுடப் பண்ணிக் கொண்டு வந்தேன்.

(திரை)

ஆனந்த விகடன்

8. எதிரி

நோட்டுக்கள் கை மாறினதும் சின்னப்பன் அந்த முரட்டு ஆசாமியைப் பார்த்து, 'ஜாக்கிரதை! சாவடிச் சுறாதே!' என்றான்.

'நீங்க கவலைப்படாதீங்க... ஆறு மாசத்துக்கு ஆளை நடமாட்டம் இல்லாதபடி செய்துறுவம். போதுமில்ல?'

'போதும். உன் பேர் என்ன சொன்னே?'

'மாரின்னு வெச்சுக்கங்களேன். பாக்கிப் பணம்?'

'வேலை முடிஞ்சதும் தர்றனே!'

'சரிங்க' என்று மாரி பளிச்சென்று சிரித்தான். பார்க்கப் பயமாக இருந்தது. புஜத்தை இறுக்கித் தாயத்துக் கட்டி, புஸ்தி மீசையும் பனியனுமாக துஷ்ட காரியங்களுக்கு ஏற்பட்டவன் என்பதைச் சுலபமாகச் சொல்ல முடிந்தது.

'என்ன செய்வே?' என்றான் சின்னப்பன், தயக்கத்துடன்.

'வழக்கம் போலத்தான். சைக்கிள் செயினு. ராடு. உயிர்ச் சேதம் ஏற்படாம பார்த்துக்குவம். மண்டைல அடிக்கற வழக்கமில்லை. மர்மத்தில் அடிக்கிறதில்லை. மத்தபடி எல்லா இடத்திலயும்

கொடுப்போம். அப்புறம் ரெண்டு ஆளு சேர்ந்து படுக்க வெச்சு மார்ல மிதிப்போம். பெரும்பாலும் ஒண்ணு ரெண்டு எலும்பு முறிஞ்சு...'

'வேண்டாம் சொல்லாதே.'

'அப்ப வரட்டுங்களா? எசமான் தயவு ஏழைங்களுக்கு எப்பவும் வேணும்' என்று கூழைக் கும்பிடு போட்டவன் வார்த்தைகளில் இருந்த ஏளனம் உறுத்தியது.

'ஆள் யாருன்னு தெரியுமில்லே?'

'அதான் அன்னிக்குக் காட்டிப்புட்டிங்களே, பிடாரி கோயில்ல. பஞ்சாயத்து ஆபீசில பலமுறை பார்த்துட்டங்க. ஒரு தடவை பீடிக்கு நெருப்புக் கேட்டிருக்கேன். கழுத்திலே மச்சம். ஒரு சைடா கிராப் வெச்சுக்கிட்டு பூபாலன்தானே பேரு?'

'அவன்தான்.'

'ஒருமுறை பார்த்துட்டா எனக்குப் போதுங்க. துப்புரவா காரண்டியா செய்துர்றம். வேற ஏதாவது வேலை இருக்குதுங் களா?'

'இதை முடி!' என்றான் சின்னப்பன்.

'வரேங்க. வெள்ளிக்கிழமைக்குள்ள முடிஞ்சுறும். சின்னம் பட்டில ஒரு ஜோலி இருக்குது.'

'பின்புறமா போயிடு. தோப்பாண்டை ஒதுங்கி ஒத்தையடிப் பாதையை...'

'கவலைப்படாதீங்க. நான் இங்கே வர்றது போறது ஒருத்தருக்கும் தெரியாது... வரட்டுங்களா?'

அவன் சென்றதும் தன் கரங்கள் நடுங்குவதை உணர்ந்தான், சின்னப்பன். குற்ற உணர்ச்சி நெஞ்சை அடைத்தது. கொஞ்சம் அதிகமோ... தீர்மானித்தாகிவிட்டது. இனிமேல் தயங்கிப் பிரயோசனமில்லை. பூபாலன் தொல்லைக்கு ஒரு முடிவு கண்டே ஆக வேண்டும். பகை மெல்ல வளர்ந்து இப்போது விசுவரூபம் எடுத்து பஞ்சாயத்துத் தேர்தல்வரை வந்துவிட்டது.

கூலி வேலைக்கு வந்தவன் ஒன்று, பத்து, இருபது என்று ஆள்களைச் சேர்த்து வைத்துக் கொண்டு, எத்தனை விதங்களில்

சின்னப்பனுக்குத் தொந்தரவு செய்திருக்கிறான்! விவசாய ஆபீசில் டிராக்டர் எடுக்கப்போனால், பூபாலன் முந்திக் கொண்டிருக்கிறான். விதை, நெல், கரும்பு நாற்று, உரம் எல்லாவற்றிலும் முந்தல். வாய்க்காலில் தண்ணீர் வந்தபோது சச்சரவு. இருபது வருஷமாக கொடிகட்டிப் பறந்தவனுக்கு நேற்று வந்தவன் தண்ணி காட்டு கிறான். உரிமைகளைப் பற்றிப் புதுசாகப் பேசுகிறான்.

போலீஸ் வந்து விசாரிப்பார்கள். விசாரிக்கட்டும். எனக்கு 'என்ன தெரியும், அவங்களுக்குள்ள என்ன பகையோ? பொம்பளை விசயம் ஏதாவது இருக்கும். வெளியூர்க்காரங்க வந்து கலகம் செஞ்சா அதுக்கு நாம் பொறுப்பா? சும்மா வீட்டில கிடக்கேன். அந்த ஆளை எனக்குத் தெரியாது. பார்த்ததே இல்லை. மாரியா யாரது?'

சின்னப்பனுக்கு சற்று உற்சாகம் வந்து ஊஞ்சலாடினான்.

மற்றவர்களுக்கு ஒரு மறைமுகமான எச்சரிக்கையாகவும் இருக் கட்டும். என் கூட மோதினா என்ன ஆகும்னு அவுங்க தெரிஞ்சுக் கட்டும்...

எழுந்து நிலைக்கண்ணாடியில் மீசையைப் பின் கையால் தள்ளிக் கொண்டான்.

தனம் தெரிந்தாள்.

'என்ன?'

'டவுனுக்கு ஒருமுறை போய்ட்டு வரணுங்க. டாக்டர்கிட்ட காட்டணும்.'

'உனக்கு எப்பவும் வியாதி!'

தனம் முகம் பூரா குங்குமம் வைத்து ஒடிசலாக இருந்தாள். ராத்திரி தொட்டால் மரவட்டை மாதிரி சுருங்கிக் கொள்கிறாள்... ஒரு பிள்ளைக்கு வழியைக் காணோம், நாலு வருஷமாச்சு...

'சரி, சரி, சாமிக்கண்ணு வந்தா வண்டி கட்டிட்டுப்போ.'

'நீங்க வர்லியா?'

'நான் எதுக்கு? உனக்குத்தானே வியாதி!'

அவள் சற்று நேரம் முறைத்துப் பார்ப்பது கண்ணாடியில் தெரிந்தது.

இருட்டறைக்குப் போய் விளக்குப் போட்டு, பெட்டியைத் திறந்து வெள்ளை வேட்டியை மடித்துக் கட்டிக் கொண்டான். அந்தப் படங்களை ஒருமுறை புரட்டிப் பார்த்தான். பூட்டிவிட்டு, ‘நான் வர நேரமாகும்’ என்று சொல்லிவிட்டு, புறப்பட்டு வீதியில் நடந்தான்.

அங்கங்கே ஆட்கள் ‘கும்பிடறேனுங்க’க்களைத் தலையசைத்துப் பெற்றுக்கொண்டு ராஜாங்கமாக நடந்தான். மரத்தடியில் குந்தியிருந்தவர்கள் எழுந்து நின்றார்கள். காதர் பாச்சா கடைக்குச் சென்று ‘சோடா குடு பாய்’ என்று பெஞ்சில் கால் மேல் கால் போட்டு உட்கார்ந்தான்.

பஞ்சாயத்து ஆபிசிலிருந்து பூபாலன் நடந்து வருவது தெரிந்தது. கவனிக்காதவன்போல் காலை ஆட்டிக்கொண்டு கோயில் பக்கமாக முறைத்தான். பூபாலன் அவன் அருகே வந்து நிற்பது ஓரக் கண்ணில் தெரிந்தது.

‘வணக்கம் அய்யா!’

‘.........’

‘அய்யா உங்களைத்தான்!’

‘ஓ பூபாலனா? கவனிக்கலை. சவுக்கியமா இருக்கியா?’

‘ஏதோ உங்க தயவில.’

‘என் தயவு உனக்கு எதுக்கப்பா? பஞ்சாயத்தில் நீயும் தாக்கல் செய்திருக்கியாம்ல?’

‘ஏதோ கூட்டாளிங்கல்லாம் கட்டாயப்படுத்தினாங்க... உங்களுக்கு எதிர நிக்கறதுன்னா எனக்குத் தயங்கந்தாங்க... இப்பகூட வாபஸ் வாங்கிக்கிறேங்க, அய்யா மனசு வெச்சா?’

‘என்ன செய்யணும்?’

‘கோயில் நிலத்தை பெரியசாமிக்கு விட்டுக் கொடுத்துடணுங்க.’

'வேடிக்கையா இருக்குப்பா நீ சொல்றது. முதலில் அது கோயில் நிலம்னு யார் சொன்னாங்க?'

'பட்டா இருக்குதில்ல?'

'பட்டா எனக்குந்தான் உண்டு. வெவரம் தெரியாமப் பேசாதே.'

'பெரியசாமி ரொம்பக் கஷ்டப்படறாங்க.'

'யார்தான் சவுகரியமாக இருக்காங்க, இந்த ஊர்ல நான் கஷ்டப்படலியா?'

'அய்யா வேடிக்கையாப் பேசுறீங்க.'

'இதபார் பூபாலன், நீ நிக்கறதில எனக்கு சந்தோசம்தான். நீ ஜெயிச்சாலும் சந்தோசம்தான். சம்பந்தமே இல்லாததை வெச்சு எலக்சனைக் குழப்பாதே...'

'ரொம்ப புடிவாதங்க அய்யா!'

'இப்ப உனக்குப் பிடிவாதம் இல்லியா?'

'விரோதமில்லாம இருந்தா சரி!'

'சேச்சே, அதெல்லாம் கிடையாது. நாம் என்ன சின்னப் பிள்ளைங்களா?' எழுந்து அவன் தோள் மேல் கை வைத்து அணைத்து, 'பாய் பூபாலனுக்கு ஒரு ஆரஞ்சு கொடு... என் கணக்கில்...'

காதர் பாய் உடம்பு முழுவதும் சிரித்து, 'அதாங்க வேணும். நீங்க ரெண்டு பேரும் ஒன்னு சேர்ந்துட்டிங்கன்னா கட்டிப்பிடிக்க முடியாது நம்ம கிராமத்தை.'

சின்னப்பன் உற்சாகமாகச் சிரித்தான். 'வர்றேன்.'

'அய்யா நம்ம கரும்பை வந்து பார்க்கறீங்களா?'

'இன்னொரு சமயம் வர்றேன் பூபாலா. கோயிலுக்குப் போயி கணக்குப் பார்க்கணும். தர்மகர்த்தா வேலை வேற இருக்குது பாரு...'

சின்னப்பன் கோயிலில் நுழைந்தபோது பூசாரி சடக்கென்று எழுந்து நின்று துண்டை இடுப்பில் கட்டிக் கொண்டார்.

‘வெள்ளிக்கிழமை தட்டுக்காக அஞ்சு ரூபா சில்லறை வந்துதுங்க. உண்டியப் பொட்டிலயும் கொஞ்சம் விழுந்துதுங்க... ரெண்டு சேவல், ஒரு மஞ்சத் துணி...’

அந்தப் பெண் கோயிலுக்குள் வந்து மணியடித்து விட்டு, ‘பூசாரி இதை அம்மனுக்குச் சாத்திடுங்க’ என்று ரோஜா நிறத் துணியைக் கொடுத்தாள். கையில் தட்டு நிறைய பூக்களுடன் நேராக சன்னதிக்குச் சென்று கண்ணை மூடிக் கும்பிட்டாள்.

சின்னப்பன் அவளை முழுவதும் பார்த்தான்.

மாநிறமாக இருந்தாள். மெல்லிய மஞ்சளில் பூப்போட்ட பாவாடையும் தாவணியும் மார்புடன் படிந்திருந்த சங்கிலியும் பக்கவாட்டில் சற்றே வியர்வையும், செதுக்கி வைத்தாற்போல் மூக்கும், பிரார்த்தனைத் துடிப்பில் அசையும் உதடுகளும்...

யார் இவள்?

காற்று அடிக்கு, இடுப்புடன் பாவாடை ஒட்டிக் கொள்ள, இலை போல் அழுந்திய வயிறும் உடம்பில் துடிப்பான சாத்தியங் களும்...

மறுபடி மணியடித்துவிட்டு சின்னப்பனை ஏறிட்டுக்கூடப் பார்க்காமல் பிரகாரத்தைச் சுற்றி நடந்தாள்.

‘பூசாரி யாரது?’

‘கமலம், நம்ம பெரியசாமி தங்கச்சி பொண்ணுங்க.’

‘புதுசா வந்திருக்கா?’

‘ஒரு வாரம் ஆகுதுங்க. தங்கமான பொண்ணுங்க. நிதம் ரெண்டு வேளை கோயிலுக்கு வருது.’

அவள் பிரகாரத்தில் இருந்து வெளிப்பட்டு மறுபடி சின்னப்ப னுக்குத் தெரிந்தாள்.

‘குங்குமம் கொடுக்கறிங்களா பூசாரி?’

மீண்டும் சின்னப்பனைப் பார்க்கவே இல்லை.

சின்னப்பனுக்கு வயிற்றில் மெலிதான அழுத்தம் ஏற்பட்டு உடம்பு பூரா பரவியது.

அவள் நடந்து சென்றபோது பின்புறம் அசைய பாடி போட்டிருப்பது லேசாகத் தெரிந்தது.

ஒரு கணம் தனத்தின் சோகை படிந்த முகம் மனத்தில் பளிச்சிட்டது.

'திங்கட்கிழமை ஒரு படையலுக்குச் சொல்லி இருக்காங்க. அரிசியும் வெல்லமும் கொடுத்திருக்காங்க...'

'வெல்லம்தான். நாக்கால் தொட்டுப் பார்த்தால் வெல்லமாகத் தான் இனிப்பாள்...'

'நான் போய் வறேன் பூசாரி...'

'குங்குமம் வாங்கிட்டுப் போங்க.'

கமலத்தைப் பார்த்ததும் சின்னப்பனுக்கு மற்ற விஷயங்களின் முக்கியத்துவங்கள் குறைந்துவிட்டன.

கிராமத்தில் இந்த மாதிரி பொண்ணு உலா வறதாவது...

பெரியசாமி வீட்டுக்குப் போய் விசாரிக்கலாம் என்றால், அவனுடன் நிலத் தகராறு. நேராகச் சென்று சமாதானப்படுத்திக் கொண்டு... என்ன கேட்பது? 'உன் தங்கை மகளை எனக்குத் தா' என்றா?

இரண்டாம் கல்யாணமா...?

அவள் ஏன் என்னை ஒருமுறைகூடப் பார்க்கவில்லை. அவ்வளவு திமிரா?

'ஐயா, ஏதாவது வேலை இருக்குதுங்களா?'

'ஒரு பொண்ணைக் காண்பிச்சுக் கொடுக்கறேன். அதை நம்ம சின்ன வீட்டுக்குக் கொண்டார முடியுமா?'

இப்போது மாரியை எங்கே தேடுவது? அவன் முதல் காரியத்தை முடிக்கட்டும். அதற்குள் அவசரப்படாதே. நிதானமாக யோசி. நிதானமாக... நிதானமாக அவள் உடைகளை ஒவ்வொன்றாக உரித்து... சே, நிறுத்து... யோசனை செய்...

'டேய் கிட்டா இங்க வாடா?'

‘என்ன எசமான்?’

‘சாப்பிட்டியா?’

‘ஆய்ருச்சுங்க, எசமான்’ என்று எதிர்பாராத அக்கறை கிடைத்த தில் பல் இளித்தான், கிட்டன்.

‘கமுக்கமாக ஒரு காரியம் செய்வியா?’

‘செய்றேனுங்க.’

‘லே யாருக்காவது தெரிஞ்சா தோலை உரிச்சு எண்ணெய் தடவிடுவேன்.’

‘வேண்டாங்க!’

‘நம்ம பெரியசாமி இருக்கான் இல்லை, அவன் வீட்டில் கமலம்னு ஒரு பொண்ணு வந்திருக்கு... ஏய் பயப்படாதே. நீ ஒண்ணும் செய்ய வேண்டாம்.. அந்தப் பொண்ணைப் பத்தி யாரும் அறியாம கொஞ்சம் தகவல் சேகரிச்சுக்கிட்டு வரணும்...’

கிட்டன் அவன் கேட்ட தகவல்களை மூன்று தினங்களில் தெரிந்து கொண்டு வந்து சொன்னான்.

‘காலைல விடியறதுக்கு முந்தி எந்திரிச்சு குடத்தைத் தூக்கிட்டு ஆத்தாங்கரைக்குப் போவுதுங்க. வெளிச்சம் வந்ததும் குளிச் சுட்டுப் பளிச்சுனு வருதுங்க. கோயிலுக்குப் போவுதுங்க. அப்புறம் பெரியசாமிக்கு டிபன் பாக்சில் சோறு எடுத்துட்டு வயக்காட்டுக்குப் போவுதுங்க... மத்தியானம் சின்னப் புள்ளைங்களோடு பாண்டியாடுதுங்க... தோட்டப் பக்கம் போய் பூப்பறிச்சு தொடுத்து அம்மனுக்குக் கொண்டுவந்து கொடுக்கு துங்க. சாயங்காலம் காதர் கடைக்கு ஒருமுறை வந்து சோப்புக் கட்டி, ரவுண்டு முட்டாயி இப்படி எதனாச்சியும் வாங்குதுங்க. பஞ்சாயத்து டீப்புலைட்டு வெளிச்சத்தில் ராத்திரி மத்தப் பெண்களோட அம்மானை ஆடுதுங்க... ரேடியோ கேக்குதுங்க... கிராம நிகழ்ச்சி முடிஞ்ச கையோட ஊட்டுக்குப் போயிடுங்க... ஊட்டுக்கு உள்ளதான் தூங்குதுங்க...’

‘சரி போதும், இந்தா எட்டணா. வாங்கித் தின்னு.’

கிட்டன் தயங்கி, ‘நல்ல பொண்ணுங்க?’ என்றான்.

‘யாரு இல்லைன்னாங்க. நீ ஏதோ நினைச்சுக்காதே. அடுத்த கிராமத்தில் நமக்குத் தெரிஞ்சவங்க மகனுக்கு இந்தப் பொண்ணை எடுக்கலாமான்னு விசாரிக்கச் சொன்னாங்க. அதுக்குத்தான். நீ எதுக்கும் இதை அம்மாகிட்ட சொல்ல வேண்டாம்... என்ன?’

‘சரிங்க...’

அன்று ராத்திரி படுக்கப்போகுமுன் ‘தனம் என்னைக் காலைல அஞ்சு மணிக்கு எழுப்பிடு... டவுனுக்குப் போகணும்’ என்றான்.

‘சரிங்க’ என்று சொல்லிவிட்டு, தனம் என்றும் இல்லாமல் அவன்மேல் சாய்ந்து, கைகளால் அவனைச் சிறைப்படுத்தியதை விலக்கி, ‘ஊகூம், எனக்குத் தூக்கம் வருது’ என்று திரும்பிப் படுத்துக் கொண்டான்.

தூங்கவில்லை. காலை விடிவதற்குமுன் ஆற்றங்கரை. ஆற்றங் கரைக்குச் செல்லும் வழியில் சோலை. இருட்டு, தனிமை, சந்தர்ப்பம். ஒரே சந்தர்ப்பம். அவளை வீழ்த்தி...

தனம் வந்து எழுப்பக் காத்திருந்தான், சின்னப்பன்.

இருட்டின் அமைதியில் மெதுவாக காலடி ஓசை கேட்க நடந்தான். பஞ்சாயத்தின் ஒற்றை விளக்கு வெற்றுக்கு எரிந்து கொண்டிருந்தது. காதர் கடை பூட்டியிருந்தது. கோயில் மூடியிருந் தது. மரத்தடியில் சின்னக் குன்றுகளாக ஆட்கள் படுத்திருந்தனர்.

சின்னப்பன் சோலை இருட்டை நோக்கி நடந்தான். ஆற்றங் கரைப் பக்கம் செல்லும் மண் பாதையில் சற்றே விலகி ஒரு மரத்தின் முன் நின்றான்.

படித்துறை அருகில் மஞ்சள் விளக்கின் ஒளி நீரில் நடனம் செய்து கொண்டிருக்க, சின்னப்பன் அவளுக்காகக் காத்திருந்தான்.

கிழக்கு மிக மெலிதாக வெளுக்கத் தொடங்கி, பறவைகள் ஆரம்ப கானங்களுக்குத் தயாராகிக் கொண்டிருக்க சின்னப்பன் அந்தப் பாதையை ஆவலுடன் துடிப்புடன் நடுக்கத்துடன் பார்த்துக் காத்திருந்தான்.

மெலிதான பாடல் முணுமுணுப்புக் குரல் கேட்டது.

அவள்தான். அந்த நடை அவளைக் காட்டிக் கொடுத்தது. இடக் கையில் குடம். தோளில் துணிகள். உதட்டில் சினிமாப் பாட்டு...

சின்னப்பன் அவள் அருகே வரக் காத்திருந்தான்.

அவள் வெகு கிட்டத்தில் தெரிந்தாள். மார்பில் இறுக்கக் கட்டியிருந்த சேலை, இடுப்பில் பாவாடை...

சின்னப்பன் சட்டென்று வெளிப்பட்டு, 'என்ன கமலம் சவுக்கியமா?' என்றான்.

அவள் திடுக்கிட்டுத் திரும்ப, இடுப்புக் கயிற்றைச் சரக்கென்று பிடித்து சுருக்கை விடுவித்தான்.

'இவன்தானாடா பூபாலன்!'

'இவனேதான்! மாரி அண்ணன் க்ரைக்டா சொல்லியிருக்காரு, இந்தப் பொண்ணை அடிக்கடி ஆத்தங்கரைல பூபாலன் சந்திக்க வருவான்னு... எடுடா செயினை.'

கமலத்தைத் தொடர்ந்து வந்து கொண்டிருந்த அவ்விருவரும் 'டேய்' என்று ஆக்ரோஷமாக சின்னப்பன் மேல் பாய்ந்தார்கள்.

தேவி

9. ஒரே இரவில்

ராத்திரி பத்து மணிக்கு ஜீப் வந்து நின்றது. துடிப்புடன் இறங்கிய இன்ஸ்பெக்டர் துரைவேலனுக்கு இந்த அவசரம், இந்த எதிர்பார்ப்பு, ஏன் இனிமேல் சந்திக்கப் போகும் மரணம் எல்லாமே பரிச்சயமானதாக இருந்தது. எத்தனை வருஷம் சர்வீஸ்! இளம் கான்ஸ்டபிள். அப்புறம் ஏ.எஸ்.ஐ. அப்புறம் எஸ்.ஐ. அதன்பின் இன்ஸ்பெக்டர். டிபார்ட்மெண்ட் மாறி கிரைம் பிராஞ்சில் எத்தனை குத்துகள், எத்தனை ரத்தங்கள். அடிதடி, ஆவேசம், கல்லெறிதல். துரைவேலனுக்கு இன்னும் ஸன்னமான மனித உணர்வுகளில் நம்பிக்கை இருக்கிறது என்றால் அமைதியான குடும்ப வாழ்க்கையும் பத்து வயது உற்சாகப் பந்தான அவர் மகளும் நாய்க்குட்டியும் கந்தர் அலங்காரத்தின் சொல் அலங்காரமும் தான் காரணம் என்று சொல்லலாம்.

'யார் போன் பண்ணது?'

'நான்தான் ஸார்' என்று நடுத்தர வயதினர் ஒருத்தர் ஐந்தாறு பேராகக் காத்திருந்தவர்களின் சிறு கும்பலிலிருந்து முன் வந்தார்.

'சத்தமே வரலையா?'

'இல்லிங்க, எல்லாமே கொயட்டா இருக்குது.'

'எத்தனை நேரமா?'

‘மூணு மணி நேரமாவது இருக்கும்.’

துரைவேலன் கட்டடத்தைப் பார்த்தார். நான்கு ஃப்ளாட்கள். கீழே இரண்டு. மாடியில் இரண்டு. அப்பர் மிடில் கிளாஸ்! ஒவ்வொருவருக்கும் பல ஆயிரத்துக்குக் குறைவில்லாமல் சம்பளம் இருக்கும். எல்லோரும் குடும்பத் தலைவர்கள். தினசரி டீ.வி. தரிசித்துவிட்டுப் பால் சாப்பிட்டு பத்து மணிக்குள் படுத்துத் தூங்கிப் போய் சமர்த்தாக ஆபீஸ் போவதில் அலுக்காத பரம்பரை. எல்லோரும் சர்க்கார் உத்தியோகஸ்தர்களாக இருந்தால் ஆச்சரியப்படக் கூடாது.

இன்ஸ்பெக்டர் மாடிப் படிகளில் நிதானமாக ஏறினார். ‘கதவை நல்லாத் தட்டிப் பார்த்திங்களா?’

‘உடைக்காத குறை ஸார்.’

கதவுக்கு வந்தார். அதில் வட்டக் கண்ணாடிக் கண் பதிந்திருந்தது. அதனுள் தன் கண்ணைப் பொருத்தி எட்டிப் பார்த்தார். உள்ளே விளக்கு எரிந்து கொண்டிருந்தது.

‘கொஞ்சம் வலது ஓரத்தில் பாருங்க.’

கண்ணாடிக் கண்ணின் தலைகீழ் மாற்றத்தில் ஃபிஷ் ஐ என்று சொல்வார்களே, அதைப் போல் உள்ளுக்குள் விகாரமாகத் தெரிந்தது. ஓரத்தில் நாற்காலியா? அது என்ன சரியாகத் தெரிய வில்லை. ஆனால், நாற்காலி முதுகுப் பக்கம் காட்டிக் கொண்டிருப்பதுபோல் தோன்றியது. அதில் சற்றே சாய்ந்திருந் தது போலத் தலையின் பின் பக்கம் தெரிந்தது.

‘ஆள் உக்காந்திருக்காப்பல இருக்குது?’

‘அப்படியே உக்காந்திருக்காரு ஸார், சென்ற மூன்று மணி நேரமா. அதுக்காகத்தான் உங்களைக் கூப்பிடத் தீர்மானிச்சுட் டோம்.’

துரைவேலன் மறுபடி எட்டிப் பார்த்தார். அந்தச் சாய்வில் விபரீதம் தெரிந்தது.

‘ஸம்திங் ஸ்ட்ரேஞ்ச். இந்த ஃப்ளாட்டுக்குப் பின் பக்கமாக வழி இருக்கா?’

‘இருக்கு ஸார், ஸர்விஸ் என்ட்ரன்ஸ் ஒண்ணு இருக்கு. ஆனா அதுவும் உள்பக்கம் தாளிட்டு இருக்கு.’

‘ஜன்னல்கள்?’

‘எல்லாம் மூடியிருக்கு.’

‘கண்ணாடி ஜன்னல்கள்தானே?’

‘ஆமா, எல்லாத்துக்கும் திரை போட்டிருக்கு.’

‘பார்த்துறலாம். உங்க பேர் என்ன?’

‘ராஜண்ணா ஸார். நான் உங்களுக்குப் போன் பண்ணது சரி தானே?’

‘ரொம்ப கரெக்ட்! ரொம்ப கரெக்ட்! பல பேர் நமக்கு என்ன ஆச்சுன்னு வேற யாராவது போன் பண்ணட்டும்னு பேசாம இருந்துருவாங்க. உங்க கடமை உணர்ச்சியைப் பாராட்டுறேன். இப்ப முதல் காரியமா உள்ள நுழையணும். என்கூட கொஞ்சம் வரிங்களா?’

துரைவேலன் அங்கிருந்த பொது மாடிப்படிகளின் முடிவில் தெரிந்த பால்கனிக்கு வந்தார். எட்டிப் பார்த்தார். அங்கிருந்த அந்த வீட்டின் பால்கனி பத்து அடி தூரத்தில் இருந்தது. தாவுவது கஷ்டம்; ‘அந்த பால்கனிக் கதவு எப்படி? மத்த ப்ளாட்டிலே இருக்கறவங்க யாராவது சொல்லுங்க.’

ஒரே சமயத்தில் நாலு பேர் பேசினார்கள்.

‘இருங்க, இருங்க ஒவ்வொருத்தராப் பேசுங்க. பால்கனிக் கதவு கண்ணாடி தானே?’

‘மரக் கதவு ஸார். கண்ணாடி சதுரம் பதிச்சிருக்கு.’

‘தாப்பா?’

‘உள்பக்கம் மூணு தாப்பா இருக்கு.’

‘சரி, ஏணி கொண்டு வாங்க. அதைத்தான் உடைக்கணும் போல இருக்கு. அப்புறம் அங்கிருந்து அந்தாளு உட்கார்ந்திருக்கிற இடத்துக்குக் குறுக்க கதவு ஏதாவது வரதா?’

‘இல்லைங்க. டைனிங் ஹால் வரும். எதுத்தாப்பல கிச்சன். இந்தப்பக்கம் லிவிங் ரூம்.’

‘உங்க வீட்டைக் கொஞ்சம் பார்க்கலாமா? ஒரு தோராயத் துக்குத்தான். நாலு வீடும் ஒரே மாதிரிதானே?’

‘ஆமாங்க. எங்க வீட்டுக்கு வந்து பார்க்கிறீங்களா?’

இன்ஸ்பெக்டர் துரைவேலன் கீழே இறங்கி வந்தார். எல்லோரும் அவரைப் பின்தொடர, ‘கூட்டம் போடாம இருந்தா நல்லது.’ அந்த வீட்டுக்கு நேர் கீழே இருந்த வீட்டுக்குள் நுழைந்தார்.

‘பரவாயில்லை பூட்ஸ் இருக்கட்டும். கழட்ட வேண்டாம்’ உள்ளே குத்துமதிப்பாக மாடியில் அவன் தலைசாய்ந்து உட்கார்ந் திருந்த இடத்தில் அந்த வீட்டில் கட்டில் போட்டு ஒரு பாட்டி படுத்திருந்தாள்.

டீ.வி.யில் மீசைக்காரர் சிரித்துவிட்டு ‘ஜெய்ஹிந்த்’ என்று சொல்லிவிட்டு கரைந்து போய்க் கொண்டிருந்தார். துரைவேலன் பால்கனிக்கு வந்து அதன் உட்கதவின் உட்புறத் தாள்களை ஆராய்ந்தார். கண்ணாடிச் சதுரங்களை ஆராய்ந்தார். சரி, சுலப மாக உள்பக்கம் திறக்கலாம். கை எட்டும். ‘கண்ணாடியைக் கொஞ்சம் உடைக்கணும். அவ்வளவுதான். அப்புறம் யார் வீட்டில இருந்தாலும் ஏணி வேணுமில்லை?’

‘தர்றம் ஸார்.’

ஏணி சற்று உபத்திரவமாக இருந்தது. அதைச் சற்று அசைத்துப் பார்த்தார் கான்ஸ்டபிள். ‘நான் வேணா ஏறட்டுமா ஸார்?’ என்றார்.

‘இல்லப்பா. கொஞ்சம் கெட்டியாப் பிடிச்சுக்க போதும்.’

பூட்ஸ் காலை வழுக்காமல் இருப்பதற்கு மண்ணில் ஒருமுறை தேய்த்துக் கொண்டார். மெல்ல அந்த மாடி பால்கனியை நோக்கி மேலேறினார்.

துரைவேலனைப் பற்றி மேல் விவரங்கள்: வயசு நாற்பத்து இரண்டு. தூக்கமில்லாத பல ராத்திரிகளால் நிரந்தரமாகச் சுருங்கி விட்ட கண்கள். கழுத்தருகில் பெரிய கத்திக் காயத் தழும்பு. இரண்டு முறை போலீஸ் மெடல் வாங்கியவர். ஒரு கேஸை எடுத்துக் கொண்டால் அதைத் துப்புரவாக்காமல் விட மாட்டார். வருஷக் கணக்கானாலும் சரி அவருக்குத் திருப்தி ஏற்படும்வரை துரத்துவார். சில வேளைகளில் அந்தத் திருப்தி சில மணி

நேரங்களிலேயே அவருக்குக் கிடைத்துவிடும். லஞ்சம் கிடையாது. அடிக்க மாட்டார். சத்தம் போடுவார். அவருக்குத் தெரிந்த ஸைக்காலஜீ எல்லாம் இருபது வருஷ சர்வீஸில் வீதிகளிலும் போலீஸ் நிலையங்களிலும் கோர்ட்டுகளிலும் கற்றுக் கொண்டது. துரைவேலன் பால்கனிக்கு வந்துவிட்டார். உள்ளே எட்டிப் பார்த்தார். திரைச் சீலை மறைத்தது. விளக்கு எரிந்து கொண்டிருந்தது. தன் துப்பாக்கியின் பின் பகுதியால் தேவைக்கு ஏற்ற அளவு சரியான கண்ணாடிச் சதுரத்தை 'சிலுங்' என்று உடைத்தார். நிதானமாக கையை உள்ளே செலுத்தி தாழ்ப்பாளைத் திறந்து கொண்டார். மேல் பக்கத்துக் கண்ணாடியை உடைத்தார். செங்குத்தாக இருந்த தாளைத் திறந்தார். கதவை அசைத்துப் பார்த்தார். இன்னும் கீழ்ப்பக்கம் ஒரு தாள் பாக்கியிருந்தது. கை எட்டவில்லை.

'ஒரு குடையும் முகம் பாக்கற கண்ணாடியும் வேணும்' என்று கீழ்நோக்கிக் கேட்டார். அவைகள் வரும்வரை அசையாமல் காத்திருந்தார். திரையை விலக்கிப் பார்க்கலாம். பார்க்கவில்லை. உண்மையைச் சந்திப்பதைச் சற்றே ஒத்திப் போட ஏனோ விரும்பினார். இத்தனை அனுபவம் இருந்தும் அந்தக் கணம் வரும்போது முதுகுத் தண்டில் ஐஸ் கட்டியைத் தவறாமல் உணர்ந்திருக்கிறார். மற்றொரு உடல்!

மற்றொரு மனிதன் வாழ்ந்து தீர்த்து, போதும் என்று நின்று போய் நான் ஆட்டத்திற்கு வரவில்லை என்று துண்டை உதறிப் புறப் பட்டுவிட்ட கதை வேண்டாம். இப்போது பார்க்க வேண்டாம். கான்ஸ்டபிள் பாதிப்படி ஏறி அவர் கையில் அந்த இரண்டு சாதனங்களையும் தர,

'நானும் ஏறிக்கவா ஸார்?'

'வேண்டாம்ப்பா. நான் உள்ளே போய்த் திறக்கிறேன். அப்புறம் வாச வழியா வாங்க.'

'ஆள் தெரியறானா ஸார்?'

'இன்னும் பார்க்கலை.' குடையை வாங்கிக் கொண்டார். ஒரு கையில் கண்ணாடியைப் பிடித்துக் கொண்டு குடையை உள்ளே செலுத்தி, கீழ்த் தாழ்ப்பாளை கண்ணாடி மூலம் பார்த்துக் கொண்டு அதை குடையின் வளைவினால் திறமையாக உயர்த்தி னார்.

துரைவேலன் பால்கனிக் கதவைத் திறந்துவிட்டார். சற்று நேரம் தயங்கினார். நெற்றி வியர்வையைத் துடைத்துக் கொண்டார். திரையை விலக்கி வெளியே எட்டிப் பார்த்து, 'நீங்கள்லாம் அந்தப் பக்கமா வாங்க' என்று பணித்துவிட்டு உள்ளே நுழைந்தார்.

பச்சைத் திரைச் சீலைகளில் பூப்பூவாகப் போட்டிருந்தது. எதிரே நீட்டலாக சோபா போட்டிருந்தது. அதன் எதிரே சின்ன மேஜை மேல் பத்திரிகைகள் கிடந்தன.

கிச்சன் கதவு திறந்திருந்தது. அதிலிருந்து சப்தம் வந்து கொண்டிருந்தது. வலது பக்கம் திரும்பினார். அவன் இன்னமும் அந்த நாற்காலியில்தான் உட்கார்ந்திருந்தான். இன்னமும் அவன் தலை சாய்ந்துதான் இருந்தது. நாற்காலிக்கு முன்னால் இருந்த மேசை மேல் ஒரு லெட்டர் பாட். அதன் அருகில் ஒரு பால் பாயிண்ட் பேனா.

கிட்ட சென்றார். அவன் இறந்து போயிருந்தான்.

துப்பாக்கியை முதன் முதலாப் பார்த்தார். இறந்தவன் கையில் ஏறக்குறைய விழுந்து விடும் நிலையில் ஒரு விரல் அதன் குதிரைக்குள் சொருகியிருக்க, தொடை மேல் படிந்து இருந்தது. முகத்தைப் பார்த்தார். கண்கள் திறந்திருந்தன. நெற்றிப் பொட்டில் கச்சிதமாய் ஒரு ரத்த வட்டம் குண்டு பாய்ந்த இடத்தில் தெரிந்தது.

துரைவேலன் அவசரப்படாமல் ஒன்றையும் கலைக்காமல் நிதானமாக வாயிற்கதவின் பக்கம் நடந்து, அது உள்பக்கம் தாளிடப்பட்டிருப்பதைக் கவனித்தார். தாளைத் திறப்பதற்கு முன் தயங்கினார். மறுபடி அந்த ஹாலுக்கு வந்தார். அலமாரி யிலிருந்து ஒரு புத்தகத்தை எடுத்தார். புத்தகத்தை நிராகரித்து, மறுபடி அந்தக் கதவை அடைந்து அந்தத் தாழ்ப்பாளின் காதைப் பிடிக்காமல், மிக ஜாக்கிரதையாக அதன் மையப் பகுதியில் பிடித்துச் சிரமப்பட்டுத் தள்ளி விடுவித்துத் திறந்தார். எல்லோரும் காத்திருந்தார்கள்.

'என்ன ஸார் ஆச்சு? தூங்கறாரா?'

'இல்லை ஸுய்ஸைடு மாதிரித் தெரியுது. கான்ஸ்டபிள், நீங்க வாங்க. நீங்கள்லாம் கொஞ்சம் அங்கேயே நில்லுங்க. யாரும்

உள்ளே வரவேண்டாம். ஆனா போயிராதீங்க. இன்வெஸ்ட்டுக்குத் தேவையா இருக்கும்.'

நிலை வாசலில் ஆர்வ முகங்கள் நிறைந்திருந்தன. அவன் இன்னும் முதுகு காட்டிக் கொண்டுதான் இருந்தான்.

'நீலா இங்கே வராதே, வராதே அங்கேயே இரு!'

'இந்தாளை நான் பார்த்திருக்கேன்யா! அட!'

'விஷம் கிஷம் தின்னுட்டானா?'

'இல்லைப்பா, வேற ஏதோ மாதிரி தெரியுது.'

'பாடியை வெச்சுக்கிட்டு ராத்தூக்கம் போச்சு போ!'

'தனியாளாத்தானே இருந்தாரு ஆளு?'

'நீலா! கடங்காரி, வராதேன்னு சொன்னனா இல்லையா?'

'மாமா தூங்கறாளாம்மா?'

'உக்காந்துக்கிட்டு இருக்கார் பாப்பா.'

'நேத்திக்கு சாக்லேட் கொடுத்தாரே!'

துரைவேலன் சமையல் அறைக்குள் நுழைந்தார். காஸ் அடுப்பில் கெட்டில் காய்ந்து போய் ஏறக்குறைய நெருப்பின் நிறத்துக்கு வந்துவிட்டது. அடுப்பு இன்னும் எரிந்து கொண்டிருந்தது. அணைத்தார். துரைவேலன் ஃப்ளாட்டில் ஒவ்வொரு அறையாக நுழைந்து பார்த்தார். எல்லா ஜன்னல்களும் இழுத்து மூடப்பட்டு எல்லாத் தாழ்ப்பாள்களும் போட்டிருந்தன. திரைகள் அனைத்தும் விரிக்கப்பட்டிருந்தன. 'போன் இருக்கா?'

'என் ஃப்ளாட்டில் இருக்கு ஸார்' என்றார் ராஜண்ணா.

'ராஜண்ணா, நீங்க வாங்க.'

'என்ன ஸார்?'

'எத்தனை மணிக்குக் கதவைத் தட்டினீக முதல்ல?'

'சொன்னேனே, சுமார் ஏழு மணியிருக்கும்.'

'இவர் பேர் தெரியுமா?'

'தெரியும் ஸார். மதுஸூதன்னு நினைக்கிறேன்.'

'இவரைத் தெரியுமா?'

'பரிச்சயம் உண்டு. மத்த ஃப்ளாட்காரங்ககூட அதிகம் பழக மாட்டார். ஒரு மாதிரி மூடி டைப்.'

'தனியா இருந்தாரா?'

'ஆமா ஸார்! ஆள் போயிட்டாரா?'

'போயாச்ச. துப்பாக்கியால் சுட்டுக்கிட்டார். நீங்க எப்பவாவது துப்பாக்கியை இவர்கிட்ட பார்த்திருக்கீங்களா?'

'பாத்ததில்லை. ஒரு முறை துப்பாக்கி லைசென்ஸ் வெச்சிருக்கிறதைப் பத்திச் சொன்னதா ஞாபகம்.'

'அப்படியா?' இன்ஸ்பெக்டர் லெட்டர் பாடைப் பார்த்தார். வெற்றாக இருந்தது. திறந்து தயாராக இருந்த பேனா! என்ன எழுத நினைத்தான்? தீராத வயிற்று வலியா? காதலா? தனிமையா? தோல்வியா? எத்தனைக் காரணங்கள் இருக்கின்றன. எல்லாம் பொருந்துகிறது. தனியான ஆசாமி. மூடி டைப். அதிகம் பழக மாட்டான். எதற்காக காஸ் அடுப்பைப் பற்றவைத்து கெட்டிலில் வெந்நீர் போட்டிருக்கிறான்? காப்பி சாப்பிட்டுவிட்டு தற்கொலை செய்து கொள்ளலாம் என்றா? இல்லை, திடீர் என்று தீர்மானித்து ஒரு கண நேர வெறுப்பு அலையில் தன்னை மாய்த்துக் கொண்டு விட்டானா? திட்ட மிட்டுத்தான் செய்திருக்கிறான், எல்லாக் கதவுகளையும் உள் பக்கம் தாளிட்டுக் கொண்டு. துரைவேலனுக்கு நிறைய வேலை பாக்கியிருந்தது. காலைக்குள் முடித்துவிட முடியாது. இப்போது போஸ்ட் மார்ட்டம் எடுத்துக் கொள்ள மாட்டார்கள். முதலில் ஏ.ஸிக்குப் போன் பண்ண வேண்டும். 'மிஸ்டர் ராஜண்ணா, டெலிபோன் காட்டறிங்களா?'

'ஓ எஸ் ஸார். வாங்க.'

'பை தி வே. நீங்க யாராவது துப்பாக்கி குண்டு வெடிக்கிற சப்தத்தைக் கேட்டிங்களா?'

'எப்போ ஸார்?'

‘அதைத்தான் நான் கேக்க விரும்பறேன்.’ வாசலில் நின்று கொண்டிருந்தவர்கள் ஒருவர் முகத்தை ஒருவர் பார்த்துக் கொண்டு உதட்டைப் பிதுக்கினார்கள்.

‘கமான், குண்டு வெடிச்சிருக்கு. யாராவது ஒருத்தராவது நிச்சயம் கேட்டிருக்கணுமே! என்ன பண்ணிக்கிட்டிருந்திங்க?’

‘டீ.வி. பார்த்துக்கிட்டு இருந்தோம் ஸார்!’

‘இங்கிலீஷ் படம்.’

ராஜண்ணாவின் ஃப்ளாட் எதிர்த்தாற்போல இருந்தது. மிகச் சுத்த மாக இருந்தது. அலமாரி நிறையப் புத்தகங்கள் புதுக்கருக்கு அழி யாமல் அடுக்கி வைத்திருந்தன.

ஃப்ராண்டியர்ஸ் ஆஃப் பிஸிக்ஸ், ஃபெசரோ, பாரா அண்ட் டயா மாக்னடிஸம், தி நெய்வ் அண்ட் ஸெண்ட்டி மெண்டல்வர் புக் ஆஃப் க்ராஸ்வோர்ட்ஸ். ‘ஹலோ.’

‘ஸார். நான் இன்ஸ்பெக்டர் துரைவேலன் பேசறேன் ஸார். ராம கிருஷ்ணா நகர்ல ஒரு ஃப்ளாட்ல ஸூஸ்ஸைடு கேஸ் ஒண்ணு.’ எதிரே ராஜண்ணாவும் அவர் மனைவியும் போட்டோவில்.

‘அப்படியா? ஆணா, பெண்ணா?’

‘ஆண். வயது சுமார் முப்பது இருக்கும்.’

‘சந்தேகமில்லாம ஸூஸைடுதானா?’

‘சந்தேகமில்லை ஸார். எல்லாக் கதவும் உள்ளுக்குள்ள தாப்பா போட்டுக்கிட்டு தன்னுடைய துப்பாக்கியில் சுட்டுக்கிட்டிருக் கான்னு தெரியுது. இன்னும் தீவிரமா விசாரிக்க ஆரம்பிக்கல. ஸூப்பர்ஃபிஷியலா அப்படித்தான் தெரியுது.’

‘ரீஸன் ஏதாவது தெரிஞ்சுதா?’

‘இல்லை ஸார். இன்னும் இல்லை.’

‘லெட்டர் கிட்டர் ஏதாவது?’

‘எழுத ஆரம்பிச்சிருக்காப்பல தோணுது.’

‘ஆனா தற்கொலைங்கறதைப் பத்தி சந்தேகம் இல்லையே?’

‘இல்லை ஸார்.’

‘இன்ஸ்பெக்டர் துரைவேலன் சொல்லிட்டா அதுக்கு மறு பேச்சு டிபார்ட்மெண்டில கிடையாது.’

‘அப்படி இல்லை ஸார். நான் இன்னும் துப்புரவா பாக்கலை.’

‘பாத்துருங்க. நான் அரை மணி முக்கா மணியில வந்துர்றேன். போஸ்ட் மார்ட்டம் இந்த ராத்திரியில முடியாது. காலைலதான் நடக்கும். பொஸிஷன் எல்லாம் நோட் பண்ணிடுங்க. புல்லட் ஊண்ட் தெரியுதா?’

‘தெளிவாத் தெரியுது. க்ளீன் பன்ச்ட் ஹோல். காயத்தைச் சுத்தி டிஷ்யு கம்ப்ரஸ் ஆயிருக்கது. மயிர் கொஞ்சம் எரிஞ்சு போயிருக்குது. காயத்தைச் சுத்திப் பவுடர் அடிச்ச பாட்டர்ன் இருக்கு.’

‘வெரிகுட். எக்ஸிட் ஊண்ட் இருக்குதா பாத்தீங்களா?’

‘இன்னும் இல்லை. இருக்கும்னு நினைக்கிறேன்.’

‘அப்படியே புல்லட்டையும் தேடிப் பிடிங்க. ஆள் ஒல்லிதானே?’

‘அப்பவே போய்ட்டான் ஸார்? இன்னும் உட்கார்ந்திருக்கான். போட்டோ எடுக்கணுமா?’

‘வேண்டான்னு தோணுது. பொஸிஷனை அக்யுரேட்டா குறிச்சு வெச்சுக்கங்க. எதுக்கும் நான் வந்துர்றேன். லைசென்ஸ் இருக்கான்னு பாத்துருங்க.’

‘சரி ஸார். ராமகிருஷ்ணா நகர். நம்பர் ஒன்பது பார் இருபத்திரண்டு. ஜீப் அனுப்பட்டுமா?’

‘இல்லை, நான் வந்துர்றேன்.’

டெலிபோனை வைத்துவிட்டு ‘தாங்க்ஸ்’ என்று கிளம்பினார். படுக்கை அறையிலிருந்து ‘ஹூ இஸ் இட் ராஜா’ என்று ஒரு பெண் குரல் கேட்டது.

‘இட்ஸ் நத்திங் டார்லிங். நம்ம போனை உபயோகப்படுத்திக்கிறாங்க.’ அவரிடம் சன்னமாக ‘என் மனைவி. இன்னும்

அவளுக்கு விஷயம் தெரியாது. பயந்துப்பா. காலைல சொல்லலாம்னு நினைச்சிருக்கேன்.'

'நல்லதுங்க. ராத்திரி வேளையில காபராபடுத்த வேண்டாம்.'

'இன்ஸ்பெக்டர் நான் உங்ககூட வரணுமா?'

'ஒரு அரை மணி வர முடியுமா? ஒண்ணு ரெண்டு கேள்விகள் கேட்கணும். சும்மா ருட்டின்தான்.'

'தற்கொலைதானே?'

'நிச்சயம் தற்கொலைதான்? அதில் சந்தேகமே இல்லை. ஏன் செஞ்சுக்கிட்டாருன்னு கண்டுபிடிக்க முடிஞ்சுதுன்னா கேஸை க்ளோஸ் பண்றதுக்கு சவுகரியமா இருக்கும். கொஞ்சம் வாங்க.'

'நீங்கள் எவ்வளவு நேரம் வேணா என்னை டிடெய்ன் பண்ண லாம். போலீஸோட ஒத்துழைக்கிறது, ஒவ்வொருவரும் கடமை யாகக் கருதணும்ங்கிறது என் அபிப்பிராயம். ஆஃப்டர் ஆல் நீங்களும்தான் எவ்வளவு உழைக்கிறீங்க!'

'தாங்க்ஸ், நீங்க ப்ரொபஸரா?'

'ஆமா எப்படித் தெரிஞ்சுது.'

'வாசல்ல போர்டைப் பார்த்தேன். அவ்வளவுதான். ஷெர்லக் ஹோம்ஸ் வேலை ஏதும் இல்லை.'

'இருந்தும் உங்களைப் பத்தி கேள்விப்பட்டிருக்கேன். வட்டாரத்தில நல்ல பேரு உங்களுக்கு.'

'வாங்க, அங்க போகலாம்.'

'டார்லிங் எங்க போறீங்க?' என்று மறுபடி படுக்கையறை யிலிருந்து குரல் கேட்டது. அந்தக் குரலுக்கு இருபத்து ஐந்து வயது அனுமானித்தார்.

'போய்ட்டு அரை மணியில வந்துர்றேன் டார்லிங்.'

புரொபசரின் வயசுக்கு வந்த அந்த டார்லிங் கொஞ்சம் அசந்தர்ப்ப மாகப்பட்டது. சற்று அதிகம் பேசி விட்டோம் என்கிற உணர்வில்

துரைவேலன் அவசரமாக எதிர் பிளாட்டுக்குத் திரும்பி வந்தார். தன் குறிப்புப் புத்தகத்தை எடுத்து வைத்துக் கொண்டு நிதானமாக ஏதோ எழுதத் துவங்கினார். உடல் உட்கார்ந்திருந்த விதத்தை விவரித்தார். துப்பாக்கியின் இடம், அது எப்படிக் கையில் இருந்தது, விரல் எங்கே, காயம் எங்கே, காயத்தைப் பற்றிய நுணுக்கமான விவரங்கள், சுவருக்கும் உடம்பிற்கும் இடைப்பட்ட தூரம், சாத்தியிருந்த கதவுகளின் எண்ணிக்கை, தாள்களின் நிலை எல்லாவற்றையும் ஆங்கிலத்தில் எழுதிக் கொண்டார். போலீஸ் இலாகாவுக்கு என்று உள்ள வெவ்வேறு பாரம்களை நிரப்பினார். அப்புறம் அக்கம் பக்கத்து ஆசாமி களைக் கேள்விகள் கேட்டார். எல்லாவற்றையும் குறித்துக் கொண்டார். மிக மெதுவாக, பொறுமையாக, நிதானமாகப் பக்கங்களை நிரப்பினார்.

‘இவரை அன்னியோன்னியமாகத் தெரிஞ்சவர் உங்கள்ல யாராவது இருக்கிங்களா?’

‘அப்படி ஒருத்தரையும் சொல்ல முடியாதுங்க. எப்பப் பார்த்தாலும் அவர் ரூமுக்கு உள்ளயேதான் அடைஞ்சு கிடப் பாருங்க. ரொம்ப தனியான ஆசாமிங்க.’

‘எப்ப இந்த ஃப்ளாட்டுக்கு குடி வந்தார்?’

‘அது இருக்கும் ரெண்டு மாசம்.’

‘கூட ஒருத்தரும் இல்லை?’

‘இல்லை.’

‘ப்ரெண்ட்ஸ் ஒருத்தரும் வரதில்லையா?’

‘நாங்க பார்த்தவரைக்கும் ஒருத்தரும் வந்ததில்லை.’

‘குடி; மத்த விஷயங்கள்?’

‘ஒண்ணும் தெரியாதுங்க. அவரைச் சரியாப் பார்த்ததே நாலு அஞ்சு முறைதான் இருக்கும்.’

‘என்ன வேலை, உத்தியோகம், போக்குவரத்து, எல்லாம் ஒருத்தருக்கும் தெரியாது?’

‘தெரியாது.’

‘இந்த வீட்டுக்குச் சொந்தக்காரர் யாரு?’

‘பங்களூர்ல இருக்காரு.’

‘நீங்க என்ன நினைக்கறிங்க இன்ஸ்பெக்டர்?’ என்றார் ராஜண்ணா.

‘அதான் சொன்னேனே! ஒரு ஸுய்ஸைடுக்கு உண்டான எல்லா அறிகுறிகளும் இருக்கு. தனிமை ப்ரூடிங் எல்லாம் அறிகுறி தான். சரி நீங்க போகலாம். எனக்கு உள்ளே நிறைய வேலை இருக்கு. ஏ.ஸி.பி. வந்து உங்கள்ல யாரையாவது பார்த்துப் பேசணும்னா ராத்திரி டிஸ்டர்ப் பண்ணா நீங்கள் கோவிச்சுக்கக் கூடாது.’

‘சேச்சே.’

‘அப்ப கொஞ்ச நேரத்துக்கு குட் நைட்.’

அதே சமயம் வாசலில் போலீஸ் வேன் வந்து நிற்க, அழுத்தமான பூட்ஸ் ஒலி கேட்டது. ஏ.ஸி.பி.யும் ஸர்க்கிள் இன்ஸ்பெக்டரும் வந்தார்கள். துரைவேலன் வெளியே வந்தார். ‘என்ன துரை வேலன் பார்த்துட்டிங்களா?’

‘உங்களுக்காகக் காத்திருக்கிறேன் ஸார்!’ மூன்று பேரும் அந்த அறையில் நுழைய, துரைவேலன் கதவைச் சாத்திக் கொண்டார். ‘முதல்ல பாடியைப் பார்த்துறலாம்.’

ஏ.ஸி.பி. முதலில் அந்த உடலின் அருகில் சென்று கவனித்தார். ‘ச் ச் ச் குளோஸ் ரேஞ்சில சுட்டுக்கிட்டிருக்கான். எக்ஸிட் ஊண்டு கூட இருக்குது பாருங்க சரவணன். புல்லெட் கீழ எங்கயாவது கிடக்கும். தேடிப் பாத்துருங்க. கன்னுக்கு லைசென்ஸ் இருக் கான்னு பாத்துருங்க. துரை எல்லாக் கதவும் உள்பக்கம் தாளிட்டிருந்ததா?’

‘ஆமா, ஸார் ஒண்ணு விடாம.’

‘பின்ன என்ன? கேஸ் ரொம்ப ஸிம்பிளாய்டுச்சு. இது என்ன பேப்பர்? ஏதாவது எழுதியிருந்ததா?’

‘இல்லைங்க. எதையோ எழுத ஆரம்பிச்சுருக்கான்.’

உடலைத் தொட்டதும் அது சரிய ஆரம்பித்தது. 'கொஞ்சம் பிடியுங்க' கீழே கிடத்தினார்கள். 'பிரிண்ட்ஸ் எடுக்கணுமா என்ன?'

'எடுக்கறது நல்லது' என்றார் துரை.

'எதுக்கு?'

'ஒருவிதமான கன்ஃபர்மேஷனுக்குத்தான்.'

'என்ன சரவணன்?'

'புல்லெட் கிடைச்சுருச்சு ஸார்.' துப்பாக்கிக் குண்டு சற்று தூரத்தில் நாற்காலிக் கால் அருகே கிடந்தது. அதைப் பத்திரமாக இரு முனைகளாலும் எடுத்து கைக்குட்டையில் வைத்துக் காட்டினார் சரவணன். துரைவேலன் டிராயரைத் திறந்து காகிதங்களை ஆராய்ந்து கொண்டிருந்தார். சாவிக்கொத்து ஒன்றைக் கண்டு பிடித்து இரும்பு அலமாரியைத் திறந்து, அதில் அலட்சியமாக அடுக்கப்பட்டிருந்த காகிதங்களையும் பார்த்தார். 'சர்ட்டிபிகேட் இருக்கு. பேரு மதுசூதன், வயது முப்பத்து இரண்டு. படிப்பு பி.எஸ்.ஸி. ஹானர்ஸ்.'

'எங்க வேலை பாக்கறான்?'

'தெரியலை ஸார். இன்னும் தெரியலை.'

'தூக்க மாத்திரை மருந்து அல்லது பிரிஸ்கிரிப்ஷன் ஏதாவது இருக்கா?'

'பாக்கறேன். கடியாரம் ஓடிக்கிட்டிருக்கு.'

'வாங்க உக்காருங்க துரைவேலன்.'

துரைவேலன் இறந்தவன் வீட்டு சோபாவில் ஏ.ஸி.பி.க்கு எதிரே சற்று மரியாதையுடன் உட்கார்ந்திருந்தார். 'ஸ்ட்ரெய்ட் கேஸாகத் தான் எனக்குப் படுது. என்ன சொல்றீங்க?'

'எனக்கும் அப்படித்தான் தோணுதுங்க. ஆனா?'

'என்னது புதுசா ஒரு ஆனாவைக் கொண்டு வரிங்க?'

'ஒண்ணுமில்லை ஸார். சொல்றேன். அதுக்கு முந்தி ஒரு சின்ன விஷயம் கான்ஸ்டபிள். அந்த ஆள் பேர்? முதமுத கதவைத் தட்டிப் பாத்தாரே அவரைக் கொஞ்சம் உள்ளே கூப்பிடுங்க.'

‘எதுக்கு?’ என்றார் ஏ.ஸி.பி.

‘உங்க முன்னால ஒரு முறை விசாரிச்சுடறேன். கேஸை க்ளோஸ் பண்றதுக்கு உதவும்.’

‘வேண்டாங்க. நீங்க சொன்னா சரி’ராஜண்ணா உள்ளே நுழைந்து ‘நமஸ்காரம்’ என்றார், புன்னகைத்தார். ‘என்ன கேக்கணும்?’

‘மிஸ்டர் ராஜண்ணா, உங்ககிட்ட ஒரே ஒரு சின்ன விஷயம் கேட்க மறந்துட்டேன்.’

‘கேளுங்க?’

‘நீங்க எதுக்காக சாயங்காலம் இந்த ஆளைப் பாக்க வந்தீங்க?’

‘ரெண்டு மாசமா வாகை குடுக்கலன்னு வீட்டுக்காரர் எழுதியிருந் தார். அதனால் அவரைப் போய்ப் பார்த்து விசாரிச்சுட்டு எழுதச் சொல்லியிருந்தார். இதப் பாருங்க லெட்டர். இன்னும் பைல்லயே வெச்சிருக்கேன்.’

துரைவேலன் அதை மேலோட்டமாகப் பார்த்து விட்டு திருப்பிக் கொடுத்தார்.

‘எத்தனை முறை வந்து பார்த்தீங்க?’

‘மூணு தடவை, மூணாவது தடவைதான் சந்தேகம் வந்து எட்டிப் பார்த்தேன். உடனே உங்களுக்குப் போன் பண்ணேன். ஏன் ஸார்?’

‘ஒண்ணுமில்லை. டைம் ஆஃப் டெத்தை ஃபிக்ஸ் பண்ணலாம் னுட்டு.’

‘துப்பாக்கிச் சப்தம் உங்களுக்குக் கேக்கலியா?’

‘ஸாரி ஸார். நானும் டீ.வி. பார்த்துக்கிட்டிருந்தேன். ஏதோ கேட்ட மாதிரி இருந்தது. டப்புன்னு. வாசப் பக்கம் ஆட்டோ மேக்ஃபைர் சத்தமா இருக்கலாம்னுட்டு நினைச்சேன். அவ்வளவு ஷ்யூரா சொல்ல முடியலை.’

‘அப்ப என்ன மணி இருக்கும்?’

‘ம்! சுமார் ஏழு ஏழரை இருக்கலாம். ஸாரி கரெக்ட்டா சொல்ல முடியலை.’

'பரவாயில்லை.'

ஏ.ஸி.பி. கேட்டார்: 'இந்த ஆள் எப்படி?'

'ரொம்ப தனிமையான ஆசாமி ஸார். யார் கூடவும் அதிகம் பேச்சில்லை. வந்தே ரெண்டு மாதம்தான் ஆறது. அவன்கூட அதிகமா பழகவும் வாய்ப்புகள் கிட்டலை.'

'இட் ஃகர்ஸ்!' என்றார் ஏ.ஸி.பி.

'அப்ப நீங்க போகலாம். தாங்க்ஸ்.'

'நான் ஃப்ளாட்லதான் இருப்பேன். நீங்க எப்ப வேணாலும் டிஸ்டர்ப் பண்ணலாம்.'

'தேவை இருக்காது. குட் நைட்.'

'குட் நைட்.'

அவர் சென்றதும் 'வெரி கோ-ஆப்பரேடிவ்' என்றார்.

துரைவேலன் சிந்தனையில் இருந்தார். 'அப்ப துரை நீங்க கண்டினியூ பண்ணுங்க. நான் போய்ட்டு காலைல மறுபடி வர்றேன். கேஸ் சிம்பிளாத்தான் இருக்கு. மோட்டிவ் தெரிஞ்சா முடிஞ்சுரும். இன்குவெஸ்டை ஆஸ்பத்திரியிலேயே வைச்சுக்கங்க. பி.எம். ரிப்போர்ட்டை வாங்கிக்கிட்டு விட்டுற வேண்டியதுதான். உறவுக்காரங்க அட்ரஸ் ஏதாவது இருக்கான்னு பாத்துருங்க. தகவல் சொல்ல ஏற்பாடு செஞ்சுருங்க. நான் வரட்டுமா?'

'ஒரு நிமிஷம் ஸார்!'

'என்னது?'

'இல்ல, ரெண்டு மூணு விஷயம் உதைக்குது ஸார்' என்றார் துரை.

'என்ன சொல்லுங்க. லேசில ஒரு கேஸை விடமாட்டிங்களே நீங்க?'

'நான் உள்ள வந்தபோது காஸ் அடுப்பில வெந்நீர் வெச்சிருந்தது. கெட்டில் கொதிச்சுப் பழுத்துப் போயிருந்தது.'

'அதனால?'

‘ஆளு யாரையோ எதிர்பார்த்துக்கிட்டிருந்திருக்கிறான். அல்லது தனக்கே காப்பியோ டீயோ போட்டுக்க என நினைச்சிருக்கிறான்.’

‘சரி, இருக்கட்டும். அதனால் என்ன?’

‘காப்பிக்கு வெந்நீர் வெச்சுட்டு உடனே போய் நாற்காலியில் உக்காந்து கன்னை எடுத்துத் தன்னை ஷூட் பண்ணிக்கிட்டிருக்கான். இது கொஞ்சம் இன்கன்ஸிஸ்டண்ட்டா இருக்குதுங்க.’

‘தற்கொலை பண்ணிக்கறவனுக்கு திடீர் அலை அடிக்கிற மாதிரி ஒரு வெறுப்பு தோணும். ஸூய்ஸைடு நோட்டுகூட இல்லிங்க பாருங்க. மேலும் நீங்க என்ன சொன்னாலும் எல்லாம் ஒரு விஷயத்தில் அடிபட்டுப் போயிருது. எல்லாக் கதவும் உள்பக்கம் சாத்தியிருந்தது இல்லையா?’

‘ஆமா ஸார்.’

‘மேற்கொண்டு பேச்சு ஏது?’

‘அதானே.’

‘லைசென்ஸ் இருக்கு சார்’ என்றார் சரவணன், அலமாரிக் காகிதங்களைக் கலைத்துக் கொண்டிருந்தவர். ஏ.ஸி.பி. அதைப் பார்த்துவிட்டு, ‘பேர் எல்லாம் சரியாத்தான் இருக்கு. மாடல் நெம்பர். துரைவேலன் ரெண்டு விஷயங்கள் சொன்னீங்களே?’

துரைவேலன் சற்றுத் தயங்கி, ‘இப்ப நீங்களே சொன்னீங்கல்ல? திடீர்னு ஒரு வெறுப்பு அலைல அவன் தன்னை அழிச்சுக்கிட்டான்னு. அதோட பொருந்தி வராத ஒரு சமாச்சாரம் இருக்கறதா எனக்குப் படுது. எல்லாக் கதவும் ஒண்ணு விடாம உள் பக்கம் தாப்பா போட்டிருந்தது. கிச்சன் ஸிங்க் மேலே இருக்கிற வெண்டிலெட்டர்கூட விட்டு வெக்கலை. கெட்டில்ல வெந்நீர் - காப்பியோ, டீயோ சாப்பிட நினைச்சு, காஸை நிறுத்தறதுக்குக் கூட அவகாசமில்லாத படக்குனு தற்கொலை பண்ணிக்கிட்ட ஆசாமிக்கு, எல்லாக் கதவையும் ஒண்ணுவிடாம உள்பக்கம் தாப்பா போடறதுக்கு அவகாசம் இருந்திருக்கா?’

ஏ.ஸி.பி. யோசித்து, ‘நீங்க என்ன சொல்றீங்க? இது தற்கொலை இல்லைங்கறீங்களா? ரிடிக்யுலஸ்.’

‘அப்படி இல்லை ஸார். நான் பார்த்த தற்கொலை கேஸ் இது வரைக்கும் பதினெட்டு. எல்லாம் ஏதாவது எழுதி வெச்சுட்டுத் தான் செத்திருக்காங்க. அதை விடுங்க. இந்தாளு எழுதி வெக்காம அதுக்கு உண்டான ஸ்டாடிஸ்டிக்ஸ் விதிகளை நிரூபிக்க வந்திருக் கார்னு சொல்லலாம்.’

‘இந்தக் கதவு விவகாரம் உங்களை உறுத்துது. அவ்வளவுதானே. அதுக்கு இப்படி ஒரு சின்ன வியாக்கியானம் இருக்கலாம். அந்த ஆளு முன்னாடியே எல்லாக் கதவையும் சாத்தியே வெச்சிருக்கிற ஆளோ என்னவோ? அதை விசாரிச்சுட்டாப் போச்சு. துரைவேலன் இந்தக் கேஸ்ல எல்லாக் கதவும் உள்பக்கம் தாளிட்டிருக்கிறதினால் தற்கொலைங்கறது ஆரம்ப சித்தாந்தம். மத்த விஷயங்களை இதை விட்டு விலகாமத்தான் நாம எக்ஸ்ப்ளெய்ன் பண்ண முடியும். நான் வரட்டுமா சரவணன்? வேறு எதாவது கிடைச்சுதா?’

‘அந்த ஆளுக்கு சங்கீதத்தில் இண்ட்ரஸ்ட் உண்டுபோல இருக்கு.’ சரவணன் ஒரு கித்தார் வாத்தியத்தை அதன் உறையிலிருந்து எடுத்தார். சங்கீதம் கற்றுக் கொள்வதைப் பற்றி புத்தகங்கள் நிறைய இருந்தன. உன்னிப்பா பாருங்க. பொயட்ரிகூட எழுதற ஆசாமியா இருப்பான். இவர்கள் ஒரு டைப்பு.’

துரைவேலன் அந்த கித்தாரை மீட்டிப் பார்த்தார். டங் என்று சப்தம் வந்தது. ‘கம்பி எல்லாம் விண்ணுன்னுதான் இருக்கு. ஆள் சமீபத்தில் கத்துக்கிட்டு இருக்கற ஆளா இருக்கும். இவன் கிதார் கத்துக்கிட்ட ஆளா இருந்தா அக்கம் பக்கத்தவங்க கொஞ்சமாவது வாத்திய சங்கீதம் கேட்டிருப்பாங்களே?’

‘அய்யயோ துரைவேலன் உங்களை வெச்சுக்கிட்டு ஒரு கேஸ்ல யும் பிராக்ரஸ் பண்ண முடியாது. போலீஸ் மெடல் வாங்கினா லும் வாங்கினீங்க. ரொம்ப ஸ்லோ ஆயிட்டிங்க.’

‘ஸாரி ஸார். என் ரத்தத்தோட பிறந்தது சந்தேக குணம்.’

‘ரீஸனபிளா இருந்தா பரவாயில்லை. அப்ப நான் வரேன். காலை பார்க்கலாம். சரவணன் நீங்க கொஞ்சம் இருங்க. இந்த ஆளை கொஞ்சம் கட்டுப்பாட்டில் வெச்சிருங்க. என்ன என்னமோ லீடை எடுத்துக்கிட்டு போட்டுக் குழப்புவார்.’

‘ஸாரி ஸார்’ என்று துரைவேலன் புன்னகைத்து, காலைக்குள் நிச்சயம் முடிச்சுடறேன் ஸார். நாளைக்கு இந்தக் கேஸ் உங்களுக்கு முடிச்சுக் குடுத்துடறேன்.’

'இப்பவே முடிஞ்சு போச்சு. செத்த பாம்பை அடிக்காதீங்க. பளிச்சுனு வாங்க. என்ன? குட் நைட் ஸார்.'

அவர் போனதும் துரைவேலன் 'அப்பாடா' என்று சுதந்தர மூச்சு விட்டார். 'வாங்க.'

'சரவணன் நீங்களும் உங்க ஏ.ஸி.பி. மாதிரி அவசரப்படுத்தாமே இருந்தா சரி.'

'சேச்சே' சரவணன் ப்ரொபேஷனில் இருக்கும் இளம் ஆபீஸர். நேராக சட்டப் படிப்புக்குப் பிறகு டிப்பார்ட்மெண்டில் சேர்ந்தவர். இளைஞர்.

'நீங்க எது கேட்டாலும் செய்யறேன்.'

'முதல்ல இந்தாளோட லெட்டர்ஸ் எல்லாம் பாருங்க. நான் அந்த வெத்துத் தாளைப் பார்க்கறேன்.'

'வெத்துத் தாளில் என்ன பார்க்க முடியும்?'

'நிறையங்க?'என்று தன் கைக்குள்ளிருந்து ஒரு பொட்டலத்தை எடுத்தார்.

'என்னது பொட்டலம்?'

'கிராஃபைட் பவுடர். பிங்கர் பிரிண்ட் ஆசாமிங்ககிட்ட இருந்து அப்பப்ப வாங்கி வெச்சுப்பேன். எப்பவும் ஒரு லெட்டர் பேடில் வெத்துத் தாளைப் பார்த்தா அதுக்கு முந்திய கடிதத்தில் என்ன எழுதியிருக்காங்கன்னு சுலபமாகக் கண்டுபிடிச்சுறலாம். அதுவும் பால் பாயிண்டுனா ரொம்ப சவுகரியம்.'

சரவணன் துரைவேலனை ஆச்சரியத்துடன் பார்த்தார். அந்தக் கடிதத்தில் லேசாக கிராஃபைட் பவுடரைத் தூற்றி அதைக் கைக்குட்டையால் துடைக்க, பளிச்சென்று முந்தைய தாளில் எழுதியிருந்ததின் நெகட்டிவ்போல எழுத்துகள் தெரிந்தன.

'அடேயப்பா நீங்க பெரிய ஆளு.'

'படிங்க' என்றார் துரைவேலன்.

'எனக்கு சாளேஸ்வரம் கொஞ்சம் உண்டு.'

‘என் உயிருக்குயிரான மல்லி, நாளை காலை ஆபீஸ் போனதும் நிச்சயம் வந்துவிடு. நாளை போகிறோம், டேக் ஆஃப் முத்தங்கள் - மது.’

‘தேதி? தேதி?’

‘நேத்தைக்கு எழுதியிருக்கான்.’

‘குட். இப்ப ரூமைத் தலைகீழாப் புரட்டியாவது, இந்த மல்லி போட்டோ கிடைக்குதான்னு பார்த்துற வேண்டியது.’

‘ஸார் இட்ஸ் கெட்டிங் இண்டரஸ்டிங், ஸூய்ஸைடுக்குக் காரணம் தெரிஞ்சு போச்சு.’

‘என்ன சொல்லுங்க?’ என்றார் துரை.

‘மல்லி! அவனோட காதலி! வரேன்னு சொல்லிட்டு ஏமாத்திருக்கா. வரலை. வருத்தத்தில் தற்கொலை பண்ணிக்கிட்டான்.’

‘சாத்தியம்! சாத்தியம்! முதல்ல இந்த வாத்தியம்! இதுலே ஒண்ணு கவனிச்சிங்களா சரவணன்?’

‘என்ன?’

‘எல்லா கித்தாரையும்போல இல்லை இது. என்னவோ தப்பா இருக்கு.’

சரவணன் அதை மறுபடி ‘டங்’கிப் பார்த்தார். ‘எனக்கு ஒண்ணும் தெரியலிங்களே.’

‘என் மச்சான் ஒருத்தன் கித்தார் கத்துக்கிட்டிருந்தான். அப்ப இதில கொஞ்சம் பரிச்சயம் உண்டு. இந்தக் கித்தார்ல ஜீ கம்பி வலது பக்கம் இருக்குது பாருங்க. அதாவது கீழ்க்கம்பி. மொத்தம் ஆறு கம்பில சாதாரணமாக கீழ்க்கம்பி இடது ஓரத்தில் இருக்கும். இதில தலைகீழா இருக்கு.’

‘என்ன அர்த்தம்?’

‘ஆசாமி இடது கைக்காரன் ஸார்.’

‘அப்ப அந்தத் துப்பாக்கி?’

'வலது கைல இருந்தது. முரண்பாடு நம்பர் ஒண்ணு. சாதாரணமா தற்கொலை பண்ணிக்கிறவங்க கை மாத்தி சுட்டுக்க மாட்டாங்கன்னு வெச்சுக்கலாம்?'

'மை காட்! என் ஸார் சொல்றீங்க, நீங்க?'

'ஒண்ணும் சொல்லை மிஸ்டர் சரவணன். இப்ப ஏதும் முடி வெடுக்க வேண்டாம். போலீஸ் அதிகாரிக்கு ஸீன் ஆஃப் கிரைம் என்கிறதுபோல கொஞ்சம் சிக்கலான சித்திரம். ஏன்னா அது ஒருத்தர் வரைஞ்ச சித்திரமில்ல. பல பேர் வரைஞ்சது. யார் எதை வரைஞ்சிருக்கான்னு பிரிக்கிறதுதான் இருக்கறதுக்குள்ளே சிக்கலான காரியம். இப்ப நாம ஒண்ணும் முடிவெடுக்க வேண்டாம். பார்த்துக்கிட்டே வரலாம். என்ன?'

'முதல்ல போட்டோ! அந்த ஸூட்கேஸைப் பாருங்க.'

பெட்டிகளை உதிர்த்தார்கள். ஒவ்வொரு சட்டைப் பையையும் ஆராய்ந்தார்கள். புத்தகங்களைப் பக்கம் பக்கமாகப் பிரித்தார்கள். படுக்கை உதறினார்கள். கார்பெட்டைக் கலைத்தார்கள். செக் புஸ்தகம், பாஸ் புஸ்தகம், மணிபர்ஸ்... முக்கால்மணி தேடிய தில் அந்தப் போட்டோ கிடைத்தது. ஒரு இளம் பெண்ணின் போட்டோ. அதன்பின் பக்கத்தில் 'என் உயிருக்கு உயிரான மது வுக்கு எப்போதும் மல்லி.'

துரைவேலன் அந்தப் போட்டோவை சற்றுநேரம் உற்றுப் பார்த்தார்.

'இந்த மூஞ்சியை எங்கோ பார்த்திருக்கேன். எங்கே?'

'பார்த்திருக்கீங்களா ஸார்?'

துரைவேலன் சிரித்துக்கொண்டே 'எதிர்த்த ஃப்ளாட்டில் திருமதி ராஜண்ணா!'

'இஸ் இட்?'

'ஆமா ஞாபகம் வந்துருச்சி. போன் பண்ணப்போன இடத்தில அவங்க கணவன் மனைவி போட்டோ சுவத்தில மாட்டி யிருந்தது.'

'அப்ப?'

'இருங்க கொஞ்சம் யோசிக்க விடுங்க. வாங்க உக்காரலாம். கேஸ் முதல் கட்டத்தைத் தாண்டிடுச்சு... கொஞ்சம் பீஸ் பீஸா ஒட்டுது.'

'கணவன், மனைவி, காதலன்! அப்படித்தானே?'

'அப்படித்தான்! இந்த ஆளு ரெண்டு மாசத்துக்கு முந்திதான் இந்த ஃப்ளாட்டுக்கு வந்திருக்கான். பழைய காதலியைத் தேடிக்கிட்டு. அவ ஃப்ளாட்டுக்கு எதுத்தாப்பலேயே குடி வந்துட்டான். கணவனுக்குத் தெரியாமலே அவளைச் சந்தித்திருக்கலாம். தெரியாமத்தான் இருக்கணும். ரெண்டு பேரும் ஓடிப்போக நினைச்சிருக்கலாம். அல்லது இவன் அவளுக்குத் தைரியம் கொடுத்து, வா ஓடிப் போயிடலாமான்னு கேட்டிருக்கலாம். கடிதம் எழுதியிருக்கான்.'

'அவ வரமாட்டேன்னு சொல்லியிருக்கா. டிஜக்ஷன்ல தற் கொலை பண்ணிக்கிட்டான்.'

'தற்கொலையா? அல்லது...'

'வேற எப்படி இருக்க முடியும்? எல்லாக் கதவும் உள்பக்கம் சாத்தியிருக்கிறபோது?'

'அதானே! ஆனா, இந்த இடது கை, வலது கை உதைக்கலை?'

'ஏ.ஸி.பி. சொன்ன மாதிரி ஆதாரமா தற்கொலைங்கறதை கலைக்கவே முடியாது ஸார்... அதான் எனக்கும் படுது. அவன் இடது கைக்காரனாக இருந்தாலும் இந்தச் சந்தர்ப்பத்தில் எதுக்கோ வலது கையைத்தான் உபயோகப்படுத்தியிருக்கான்.'

'சரவணன், எந்த விதத்திலாவது எப்படியாவது வெளியில இருந்துக்கிட்டு, லேசாகக் கதவை உள்பக்கம் தாளிட முடியுமா?'

'எப்படி சார்?' சரவணன் சிரித்தார். 'ஸார்! கேஸ் முடிஞ்சு போச்சு. காதல் தோல்விதான் காரணம். ரொம்ப நம்பிக்கையோட அந்தப் பொண்ணைத் துரத்திக்கிட்டு இங்கேயே ஃப்ளாட் எடுத்துக் கிட்டு வந்துட்டான். அவ வரமாட்டேன்னு சொல்லிட்டா. மன வருத்தத்தில தற்கொலை பண்ணிக்கிட்டான். எல்லாம் பொருந்துது.'

துரைவேலன் அவர் சொன்னதைக் கவனித்ததாகத் தெரிய வில்லை. 'ஒரு பிளேடு இருக்கா?'

‘எதுக்கு?’

‘கொண்டு வாங்களேன்! வெய்ட் எ மினிட். இப்பல்லாம் பிளேடுகள் ஸ்டெய்ன்லஸ் ஸ்டீல்ஸ்ல இருக்கும் இல்லையா? வேண்டாம். ஏதாவது ஸ்க்ரூ டிரைவர் அல்லது ஆணி இருந்தா கொண்டு வாங்க. ஏதாவது சின்ன இரும்பு சாமான்.’

‘மைகாட் நீங்க என்ன வித்தைக்காரர் மாதிரிப் பண்றீங்க?’ சரவணன் கிச்சனுக்குச் சென்று காலண்டர் மாட்டியிருந்த ஆணியைப் பிடுங்கிக் கொண்டு வந்தார்.

துரைவேலன் அதை வாங்கி, வாயிற்கதவின் அருகில் கொண்டு சென்று கதவின் உள் தாழ்ப்பாளில் அந்த ஆணியை வைத்துத் தடவிப் பார்த்தார். பிடித்துக் கொண்டிருந்த விரல்களை நீக்கிப் பார்த்தார்.

அந்த ஆணி தாழ்ப்பாளுடன் ஒட்டிக் கொண்டு தொங்கியது.

துரைவேலன் புன்னகையுடன் ‘வாங்க போகலாம். கேஸ் முடிஞ்சு போச்சு.’

‘எங்க ஸார்?’

‘மிஸ்டர் ராஜண்ணாவின் தூக்கத்தைக் கெடுக்க.’

‘புரியவே இல்லை ஸார். ரொம்ப வேகமாகப் போறீங்க?’

‘இப்ப அவரைக் கேக்கப்போற கேள்விகள்ல புரியும் வாங்க. இது தற்கொலை இல்லை. கொலை.’

தூக்கம் நிறைந்த கண்களுடன் ராஜண்ணா கதவைத் திறந்தார். இன்ஸ்பெக்டரைப் பார்த்து புன்னகைத்து, ‘ஓ நீங்களா! வாங்க.’

‘ஸாரி மிஸ்டர் ராஜண்ணா. உங்களை இந்த வேளையில் டிஸ்டர்ப் பண்ணறதுக்கு.’

‘பரவாயில்லை. எஸ் லாங் எஸ் இட்ஸ் இம்ப்பார்ட்டண்ட். கொஞ்சம் மெதுவா பேசுங்க. அவ தூங்கறா.’

‘ஜாஸ்தி டயத்தை வேஸ்ட் பண்ணலை. உங்களை நேரா ஒரு கேள்வி கேக்கணும். இறந்துபோன மதுஸூதனை உங்களுக்குத் தெரியவே தெரியாதா?’

‘அதான் சொன்னேனே, இரண்டு மாசமா லேசான பரிச்சயம். அவ்வளவுதான்.’

‘அந்த ஆளுக்கும் உங்க மனைவிக்கும் முன்னாலேயே சிநேகிதம் இருந்தது உங்களுக்குத் தெரியாதா?’

‘என்ன ஸார் சொல்றீங்க?’

துரைவேலன் அவர் ஆச்சரியத்தைக் கவனிக்காமல், ‘அந்த ஆசாமி உங்க மனைவிக்கு எழுதிய கடிதத்தைப் பார்க்கவே இல்லையா நீங்கள்?’

‘திஸ் இஸ் ப்ரிப்பாஸ்ட்ரஸ்.’

‘அதிலே அவங்க ரெண்டுபேரும் எங்கேயோ ஓடிப் போயிடற துக்குத் திட்டமிட்டிருக்காங்க. அதுகூடத் தெரியாதா?’

‘நீங்க சொல்றது முதல்லருந்தே விளங்கலை!’

‘அந்த ஆள் ஒருமுறை உங்ககிட்ட தன்கிட்ட துப்பாக்கி இருக் கறதைப் பத்திச் சொன்னதை நீங்களே சாயங்காலம் சொல்லியிருக் கீங்க.’

‘ஆமா சொன்னேன்! அதுக்காக? ஒருமுறை அவனைப் பார்த்த போது சொன்னான்.’

‘அந்தத் துப்பாக்கியை வெச்சுக்கிட்டுத்தான் அவனைச் சுட்டுட்டு கைல துப்பாக்கியை சொருகிட்டு வந்துட்டிங்க. ஒரு சின்னத் தப்பு பண்ணிட்டிங்க. அந்த ஆள் இடது கை ஆசாமி. அவன் வலது கைல சொருகிட்டு வந்தீங்க.’

‘இன்ஸ்பெக்டர் இஸ் திஸ் எ ஜோக்? ஐம் ஸாரி. இந்த மாதிரி நான்சென்ஸ் இனியும் என்னால கேட்டிக்கிட்டிருக்க முடியாது. ப்ளீஸ் விலகிடுங்க. போங்க, என்னை ஏதாவது கேக்கணும்னா வாரண்டோட வாங்க. கெட் அவுட்.’

துரைவேலன் திடீர் என்று முகம் சிவந்தார். ‘மிஸ்டர். உங்க தாத்தா வந்தாலும், சஞ்சீவரெட்டி வந்தாலும் என்னை இந்த இடத்தை விட்டு அசைக்க முடியாது. ஐ ஹேவ் வைட் பவர்ஸ் டு அரஸ்ட் வித் அவுட் எ வாரண்ட். நீங்க பெரிய மனுஷத்தனமா ஒப்புத்துக்கறதா இருந்தா சரி. இல்லை. ஸ்டேஷனுக்கு வந்து கொஞ்சம் உதைபடணும்னா அதுகூட சரிதான்.’

'என்ன ஸார்! அப்ஸர்டாப் பேசறீங்க. எல்லாக் கதவும் தாப்பாப் போட்டு உள்ளுக்குள்ளே ஆளு சுட்டுக்கிட்டு செத்துப் போயிருக் கான். எப்படி ஒரு ஆள் வெளில இருந்து உள்பக்கம் தாப்பா போட முடியும்? உளறாதீங்க.'

'கொஞ்சம் வரிங்களா?'

'எங்க?'

'உங்க வீட்டிலேயே, அது எப்படி சாத்தியம்னு காட்டறேன்.'

துரைவேலன் அந்த ஃப்ளாட்டின் கதவருகே சென்று அதன் உள் தாழ்ப்பாளில் ஆணியை வைத்தார். ஒட்டிக் கொண்டது. 'சபாஷ் ப்ரொபசர்! ரொம்ப புத்திசாலித்தனமா வேலை செஞ்சிருக்கிங்க. நீங்க என்ன ஸப்ஜெக்ட்டில் ப்ரொபஸர்?'

'ஃபிஸிக்ஸ்.'

'இந்தப் புத்தகத்தைப் பாருங்க! லார்ஜ் மாக்னெட்ஸ். நீங்க எழுதின புஸ்தகம்தானே?' அலமாரியிலிருந்து அந்தப் புத்தகத்தை உருகி, போன் பண்ண வந்தபோது அந்த டைட்டிலையும் கவனிச்சேன். 'நீங்கதானே எழுதினீங்க?'

'அதுக்கும் இதுக்கும் என்ன சம்பந்தம்?'

'இருக்கு ஸார்! லார்ஜ் மாக்னெட்ஸ்ல ரிஸர்ச் பண்ற பேராசிரியரே உங்க வீட்லயும் பழி தீர்க்கறதுக்கு ஒரு வலுவான காந்தத்தைத் தான் உபயோகப்படுத்தியிருக்கீங்க. அதை முதல்ல உங்க வீட்டுக் கதவிலேயே டிரை பண்ணிப் பார்த்திருக்கீங்க. என்ன பரி சோதனை? வெளில இருந்து ஒரு பவர்ஃபுல் மாக்னெட்டை வெச்சுட்டு உள்ள இருக்கற தாழ்ப்பாளைப் போடறது எப்படின்னு. ப்ரொபஸர்! எனக்கு உங்க அளவுக்கு மாக்னடிஸம் பத்தித் தெரியாது. ஆனால், ஒரு இரும்புப் பொருளை ஒரு வலுவான காந்தத்தை வெச்சுக்கிட்டு தேய்ச்சா அதிலேயும் கொஞ்சம் காந்த சக்தி ஒட்டிக்கும்னு நான் பள்ளிக்கூடத்திலே படிச்சிருக்கேன். அவனைச் சுட்டது நீங்கள்தான்.' ராஜண்ணா மவுனமாக இருந்தார். துரைவேலன் காத்திருந்தார்.

'அவகிட்ட சொல்லிடாதிங்க. அவளை எழுப்ப வேண்டாம். எனக்குத் துரோகம் பண்ணிட்டு ஓடிப்போக நினைச்சாங்க. அந்த லெட்டரைப் பாத்துட்டேன். அவளை விட்டுப் பிரிஞ்சு என்னால

இருக்க முடியாது ஸார். வாஸ்தவம்தான். ஆரம்பத் தப்பு நிகழ்ந்து போச்சு. அதிக வயசு வித்தியாசம்தான். அவளோட ஏழைமையைப் பயன்படுத்திக்கிட்டு கல்யாணம் பண்ணிக்கிட்டேன். அதுக்குன்னு கட்டின கணவனுக்குத் துரோகம் செய்யலாமா ஸார்? ரெண்டு பேரையுமே கொல்ல நினைத்திருந்தேன். இவளை எனக்குக் கொல்ல மனசு வரலை! ஐ ஸ்டில் லவ் ஹர் ஸார்.'

பேராசிரியரின் கண்களில் கண்ணீர் தெரிந்தது.

படுக்கையறையிலிருந்து 'வாட்ஸ் இட் டார்லிங்' என்று இனிய தூக்கம் தோய்ந்த குரல் கேட்டது.

'நத்திங்! தூங்கு மல்லி!'

'போலாமா ஸார்?'

ஜன்னலுக்கு வெளியே வானம் வெளுத்துக் கொண்டிருந்தது. வீட்டுக்குப் போய் ஒரு மணி நேரமாவது தூங்க வேண்டும் போலிருந்தது, துரைவேலனுக்கு.

கல்கி

10. கால்கள்

பிரிகேட் ரோடிலிருந்து பிரியும் சந்தில் ஒரு ஆட்டோ ஓர்க் ஷாப்பைக் கடந்து (டேய் சோமாறி, டெல்கோவைக் கள்ட்டேன்டா) மரப்படிகள் முணுமுணுக்கும் மாடி ஏறி, அந்த வீட்டை அடைந்து கதவைத் தட்டியதில் நிறைமாசக் கர்ப்பிணியான ஒரு ஆங்கிலோ இந்தியப் பெண் திறந்தாள். நான் ஃபெர்னாண்டஸைப் பார்க்க வந்திருப்பதாகச் சொன்னேன். அவள், 'உள்ளே வாருங்கள். இன்னும் அரை மணியில் வந்துவிடுவான்' என்று சொல்லி, ஒரு நாற்காலியின் மேல் இருந்த செய்தித்தாள்களை விலக்கி, எனக்கு இடம் காட்டினாள். ஒரு திரைக்குள் மறைந்தாள். வருகிற வெள்ளிக் கிழமை பிரசவம் ஆகிவிடும்.

நான் மேற்குறிப்பிட்ட நாற்காலியின் விளிம்பில் அமர்ந்து என் நேரத்தை வீணாக்கும் ஃபெர்னாண்டஸை மனத்தில் திட்டிக் கொண்டேன். அவனை நேரில் பார்த்தால் திட்ட மனம் வராது. அவ்வளவு தர்க்க ரீதியுடன் பொய் சொல்லுவான். அறை சிறிய அறைதான். ஒரு கறுப்பு நாய் - டாஜண்ட் என்று நினைத்தேன். மேஜை அடியில் படுத்துக் கொண்டு, எனக்கு வேலை கொடுப்பதற்கு இண்டர்வியூ பண்ணியவர் பார்த்தாரே, அம்மாதிரி பார்த்துக்

கொண்டிருந்தது. குரைக்கும் உத்தேசம் இருப்பதாகத் தெரியவில்லை. ரிடையர் ஆன நாற்காலிகளில் எம்பிராய்டரி உறைகளுடன் தலையணைகள் இருந்தன. சுவரில் மர்லின் மன்றோ, ஜான்வேன், பிரிட்டிஷ் அரசி எலிசபெத் பிலிப் கோமகனுடன், ஒரு புலித்தலை, ஹேக் விஸ்கியின் 1938ஆம் வருஷக் காலண்டர், ஏசு கிறிஸ்து அவர் கையிலிருந்து சூரிய ஒளி போல் ஏதோ ஒன்று. அறையில் ரேடியோ ஒன்று இருந்தது. மியூசியத்தில் கேள்வி கேட்காமல் வாங்கிக் கொள்வார்கள். ரேடியோ அருகில் அவர் உட்கார்ந்திருந்தார். என்னையே சென்ற இரண்டு நிமிடங்களாகப் பார்த்துக் கொண்டிருந்தார். அந்த ஸ்வெட்டர் அணிந்த கிழவர்.

கலங்கிய வெண் பச்சைக் கண்கள், மெல்லிய உதடுகள், முகத்தில் வரிவரியாக சுமார் எண்பது வயதின் சுவடுகள், புருவம் இல்லை. புருவத்துக்குப் பதில் இரண்டு கீறல்கள், நரம்பு தெரியும் கைகள், வலது கையில் பூப்பூவாகப் போட்டு 'லிஸ்' என்று பச்சைக் குத்தி இருந்தார். அருகே குட்டை ஸ்டூலில் அவரது ஸோலா தொப்பி ஒன்று அவருடன் உட்கார்ந்திருந்தது.

'ஜானைப் பார்க்க வந்திருக்கிறாயா?' என்றார், ஆங்கிலத்தில் குரல் சற்று நெருடலான, சன்னமான குரல்.

'ஆம்' என்றேன்.

'பணம் வாங்கி இருக்கிறானா?'

'ஆம்' என்றேன்.

'எல்லோரிடமும் பணம் வாங்கி இருக்கிறான். எல்லாருக்கும் வாக்குறுதி கொடுத்திருக்கிறான்... எத்தனை?'

'எத்தனை என்பதனை நான் சொல்ல விரும்பவில்லை. எங்கே போயிருக்கிறான்?' என்றேன்.

'ஜே ஸி ரோடு போயிருக்கிறான். எலக்ட்ரானிக்ஸிலிருந்து ஆள் வந்தால் உட்கார வைக்கச் சொன்னான். நீதானே?'

'ஆம்.'

'உன் வேலையாகத்தான் போயிருப்பான். டீ சாப்பிடுகிறாயா?'

ஆங்கிலத்தில், வாக்கிய அமைப்பில், நீ நீங்கள் வித்தியாசம் கிடையாது. என்றாலும், அவர் பேசிய தோரணையில் ஒருமை தான் தென்பட்டது.

'மார்ஜி, இந்தப் பெரிய மனிதருக்கு டீ கொண்டு வா.'

'எஸ் பப்பா' என்றது அந்தத் திரை.

ஒரு பெண் குழந்தை திரையை விலக்கி விட்டு எட்டிப் பார்த்து, 'எஸ் பப்பா' என்றது. ஐந்து செகண்டுகளுக்குப் பின் அதைவிட சின்னக் குழந்தை ஒன்று எட்டிப் பார்த்து அதைவிட மழலையில், 'எஸ் பப்பா' என்றது. நான் எதிரே பார்த்தேன். சுவரில் புலி என்னைப் பார்த்தது. தலை மட்டும்.

'நான்தான் சுட்டேன்' என்றார் ஃபெர்னாண்டஸ்.

அந்தப் புலியை நாங்கள் இருவரும் பார்த்தோம்.

'அவள் ஒரு பதினாலு அடி அழகி' என்றார். பாக்கி பதின்மூன்று அடியையும் சுவருக்குப் பின் யோசிக்க முயன்றேன். 'உன்னிடம் சிகரெட் இருக்கிறதா?'

'நான் சிகரெட் பிடிப்பதில்லை' என்றேன். 'நான் போய் அரை மணியில் வருகிறேன்' என்று சற்று எழுந்தேன்.

'உட்கார், உட்கார்' என்று சற்று அழுத்தமாகவே சொன்னார். உட்காராவிட்டால் என்னைச் சுட்டு விடுவாரோ என்கிற சம்சயம் ஏற்பட்டதால் உட்கார்ந்தேன்.

நான் மறுபடி அந்த அறையை ஆராய்ந்தேன். வேறு என்ன செய்வது? அலமாரிக்குள் கறைபடிந்த, தூசிபடிந்த வெள்ளிக் கோப்பை ஒன்று இருந்தது. போலீஸ் உடையில் ஒரு ஃபெர்னாண்டஸின் படம் இருந்தது. நான் அதைப் பார்ப்பதைப் பார்த்த பெரியவர், 'அது யார் தெரியுமா?' என்றார்.

'நீங்களா?' என்றேன்.

முதல் தடவையாக அவர் பல்லைப் பார்த்தேன். சிரித்து, 'ஆம் நான் ஒரு போலீஸ் ஆபீஸராக இருந்தேன்' என்றார்.

வினோதமான இரண்டும் கெட்டான் சமூகம் - விசாகப்பட்டினம், பிட்ரகுண்டா, பெங்களூர், சென்னை, பரங்கிமலை, கல்கத்தா, பம்பாய் என்ற சிற்சில இடங்களில் சிறிய சிறிய கும்பல்களாக வாழும் சமூகம்! இவர்களிடம் என்ன தப்பு? ஏன் இவர்கள் சிறுகச் சிறுக மறைந்து வருகிறார்கள்... இவர்களை நாம் இப்போது இந்தி சினிமாவிலும் கிளப் டான்சுகளிலும் லோகோ ஷெட்டுகளிலும், ரேடியோ சிலோனின் ஆங்கில நேயர் விருப்பத்திலும்தான் காண முடிகிறது... என் காலேஜ் தினத்தில் இருந்த எண்ணிக்கைகூட இப்போது இல்லையே. எங்கே அடையாளம் இழந்து, கரைந்து கொண்டிருக்கிறார்கள்.

'பிரிட்டிஷ் காலத்தில், 1947க்கு முன் நான் போலீஸ் ஆபீஸராக இருந்தேன். அந்த நாட்கள்...' என்றார். அவர் கண்கள் என்னை ஊடுருவி அந்த நாட்களைப் பார்த்தன. மார்ஜி முக்கால் கப் டீ கொண்டு வந்து என் முன் ஸ்டூலைப் போட்டு வைத்தாள்.

'நமக்குச் சுதந்தரம் வந்திருக்கக் கூடாது மிஸ்டர். உங்கள் பெயர் என்ன?'

சொன்னேன்.

அது அவருக்குச் சரியாகக் கேட்கவில்லை. 'மிஸ்டர் நாதன்! நமக்குச் சுதந்தரம் வந்திருக்கக்கூடாது கல்யாணம் ஆகாதவர்களுக்குப் பிறந்தவர்கள் எல்லாம் இந்தத் தேசத்தை நாசம் பண்ணுகிறார்கள். செய்தித்தாளைப் பார் எத்தனை குற்றங்கள், கொலை, கொள்ளை, பலாத்காரம்!'

'இருபத்து ஐந்து வருஷ சுதந்தரத்துக்குப் பின் இந்தத் தேசம் எனக்கு என்ன செய்துவிட்டது? எண்பத்து ஏழு ரூபாய் பென்ஷன்! எண்பத்து ஏழு - ப்ளடி ரூபாய்கள். என் பெண்ணை இரவு தனியாக அனுப்ப முடியாது. கதர் குல்லாய் அணிந்த யாராவது ஒருவன் நடுவீதியில் ஸ்கர்ட்டைத் தூக்குவான். தெருவில் நடமாட முடியாது. பத்திரம் கிடையாது. என்ன தேசம் இது! இந்தத் தேசத்துக்குத் தேவை ஒரு சர்வாதிகாரி. ஒரு ரைஃபிளுடன் ஒரு மனிதன்! ரொட்டி என்ன விலை விற்கிறது? முட்டை என்ன விலை விற்கிறது. மாமிசம்?'

'ரொம்ப மோசம்' என்றேன். ஃபெர்னாண்டஸ் எப்போது வருவான்?

‘மாணவர்கள் ஸ்ட்ரைக், தொழிலாளர்கள் ஸ்ட்ரைக், பைலட்கள், ரெயில்வே ஊழியர்கள்... பிரிட்டிஷ் ராஜ்யத்தில் இந்த மாதிரி கற்பனை பண்ணிக்கூடப் பார்க்க முடியாது.’

‘பிரிட்டனிலும் நிறைய வேலை நிறுத்தங்கள் நடக்கின்றன’ என்று சொல்ல நினைத்தேன். சொல்லவில்லை.

‘அவன் ஒரு பெரிய மனிதன். அவன் நம்மை ஆண்டதில ஒரு குறை சொல்ல முடியாது. இங்கிலீஷ்காரன் இந்த மாதிரி எல்லாம் நிகழ அனுமதித்திருப்பானா?’

‘மாட்டான்’ என்றேன். ஓ ஃபெர்னாண்டஸ்!

‘இந்த மாதிரி இஷ்டத்துக்கு வேலை நிறுத்தம் செய்ய முடியுமா அப்போதெல்லாம்? என்ன செய்வான் தெரியுமா?’

நான் பதில் சொல்ல அவர் காத்திருந்தார். பதில் வராமல் போகவே, ‘சுடுவான்’ என்றார்.

‘ஓ எஸ்! அவன் சுடுவதில் நம்பிக்கை வைத்திருந்தான். சுதந்தரம் கேட்டவர்களை நிறையச் சுட்டிருக்கிறான். நானே சுட்டிருக் கிறேன்’ என்றார்.

‘ஆட்களையா?’

‘கால்களை’ என்று சிரித்தார்.

‘கால்! யூ மீன் கால்களையா!’

அவர் சிரிப்பு அவர் முகமெல்லாம் விரிந்தது. ‘நான் என் சர்வீஸில் ஒரு இருநூறு கால்களைச் சுட்டிருப்பேன். ஜஸ்ட் லெக்ஸ். முழங்கால், ஷின் எலும்பு, பாதங்கள், கணுக்கால். எனக்கு இன்னும் முப்பது வருஷங்களுக்குப் பின்னும் கார்டைட் வாசனை போகவில்லை.’

அவர் மறுபடி தூரப்பார்வை பார்த்தார்.

‘என்ன செய்வது? என் கடமை அப்படி. வெள்ளைக்காரன் ஆளைக் கொல்ல மாட்டான். சாதாரண ஜனங்களைக் கொல்ல மாட்டான். அவன் ஒரு பெரிய மனிதன். ஆனால், முட்டியப்

பெயர்த்து விடுவான். ஸிம்பிள், அப்போது எல்லாம் மெட்ரோவில் பால் நடனம் நடக்கும். ஃப்ரெஞ்சு தேசத்து ஒயின் ஒழுகும் பெண்கள் ஏராளமான மார்புடன் இருப்பார்கள். (என்னைப் பார்த்துக் கண்ணடித்தார்.) என்னிடம் ஒரு ரெட் இண்டியன் மோட்டார் பைக் இருந்தது. பத்து குதிரை சக்தி. கியர் கையில். (மார்பைக் காட்டி) என் மார்பில் மெடல்கள் இருந்தன. பாலிஷ் செய்த பூட்ஸில் வானம் தெரியும். என் நரம்புகள் இரும்பு நரம்புகள். தடதடவென்று ஃபெர்னாண்டஸ் தெருவில் பைக்கில் போகும்போது சாலையே ஸ்தம்பித்துப் போய்விடும். 'அதோ போகிறான் ஃபெர்னாண்டஸ்.' வயசுக்கு வந்த பெண்கள் தம் மடி மேல் கை வைத்து அழுத்திக் கொண்டு உள்ளே மறைவார்கள். இடி இடிப்பதுபோல் செல்வேன். அப்போது டி.ஐ.ஜீ. மக்டோனால்ட் அப்புறம் டயஸ், ஃபிட்ஸ் பாட்ரிச், எவ்வளவு பெரிய ஆசாமிகள்! மக்டோனால்ட் மாதிரி ஒரு ஆள் இருந்தால் இந்திய போலீஸ் நிமிர்ந்துவிடும். என்னை ஜோ என்றுதான் கூப்பிடுவார். 'ஜோ பாட்டம்ஸ் அப் மேன்!' என்பார். சாயங்காலம் ஐந்து மணியிலிருந்து இரவு பதினொன்று வரை குடிப்போம். நிறுத்த மாட்டோம். மகாராஜா ஒரு ஜென்டில்மேன். இந்த மாநிலத்தில் காங்கிரஸ் தொந்தரவு அதிகமில்லை. நான் மதறாஸ் எஸ்டேட் சர்வீஸில் இருந்தேன். திருநெல்வேலியில் ஒரு கலகத்தைச் சமாளித்த தற்கு மெடல் கொடுத்தார்கள்.

மக்டோனால்டுக்கு ஒரு பெண் இருந்தாள். எலிசபெத். அவள் என்மேல் நெருப்பாக இருந்தாள். 'ஜோ எனக்குப் பூப்பறித்துத் தா' என்பாள். 'ஜோ எனக்கு சைக்கிள் கற்றுத் தா' என்பாள். அவள் மார்பு ஷாம்பெய்ன் கிண்ணங்கள் போலிருக்கும். அவளுக்கு நான் நிறையக் கற்றுக் கொடுத்தேன். நாங்கள் இரண்டு பேரும் ஒன்றிரண்டு விஷயங்களைச் சேர்ந்து கற்றுக் கொண்டோம். மக்டோனால்ட் ஒரு தடவை பார்த்துவிட்டு, 'ஜோ நீ செய்த காரியத்திற்கு உன்னை நான் சுட்டிருக்க வேண்டும். உன்னை நான் சுடவில்லை. ஏன்? நீ ஒரு நல்ல போலீஸ் ஆபீஸர். எங்களுக்கு நீ தேவையாக இருக்கிறாய். இனி ஒருதடவை இம்மாதிரி நிகழ்வ தால் உன் மூளையை வெடி வைத்துத் தீர்த்து விடுவேன்' என்று விஸ்கி கொடுத்தார். பெரிய மனிதன். அப்புறம் நாங்கள் ஜாக்கிரதையாக இருந்தோம். எலிசபெத் ஒரு டீ எஸ்டேட் சொந்தக்கார இங்கிலிஷ்காரனைக் கல்யாணம் செய்துகொண்டு

திப்ருகரில் இருக்கிறாள். இன்னும் எனக்கு கிறிஸ்துமஸ் கார்டு கள் அனுப்புகிறாள்.'

பெரியவருக்கு இப்போது எதிரே கேட்க ஆள் தேவையில்லாமல் இருந்தது. பேசிக்கொண்டே சென்றார்.

'ஏதாவது அமளி என்றால் மக்டோனால்ட் என்னைத்தான் கூப்பிடு வார். அவர் போன இடம் எல்லாம் என்னை எப்படியாவது மாற்றிக்கொண்டு வந்து விடுவார். எங்கே அது? ஞாபகம் இல்லை. ஜவஹர்லால் ஒரு தடவை ஒரு கூட்டத்தில் பேச இருந்தார். பெரிய பொதுக்கூட்டம். பக்கத்துக் கிராமங்களில் இருந்து சாரி சாரியாக காலையில் இருந்தே ஜனங்கள் வந்து கொண்டிருந்தார்கள். 'ஜோ' என்றார் மக்டோனால்ட் கவலை யுடன். நான், 'சார் கவலைப்படாதீர்கள். சமாளித்துவிடுவேன்' என்றேன். நேரு வரவில்லை. அவர் அதற்கு முன்பே கைதாகி விட்டார். இங்கே யாரோ கிளப்பி விட்டார்கள். நாங்கள்தான் அவரை நகரத்துக்கு வரும் முன்னே கைது பண்ணிப் பூட்டி வைத்திருக்கிறோம் என்று. டி.ஐ.ஜீ. ஆபீஸிற்கு முன் எட்டா யிரம், பத்தாயிரம் பேர் கும்பல் அடைத்துக் கொண்டு நிற்கிறது. ரோடு பூரா கதர்க்குல்லாய் வெள்ளைச் சட்டை... மக்டோனால்ட் ஜன்னல் வழியாகக் கவலையுடன் பார்க்கிறார், கேட் பூட்டி இருக்கிறது, 'கேட் தாங்காது ஜோ' என்றார். 'நாம் என்ன செய்யப் போகிறோம்?' என்றார். நான், 'சார் கவலைப்படாதீர்கள். சமாளிக்கிறேன்' என்றேன். மொத்தம் நாற்பது போலீஸ்காரர்கள் தான் இருந்தார்கள். நான் என் ரைஃபிளை எடுத்துக் கொண்டேன். எக்ஸ்ட்ரா கார்ரிட்ஜ்கள் எடுத்துக் கொண்டேன். நான் மட்டும் வெளியே வந்தேன். 'என்ன வேண்டும் உங்களுக்கு? நேரு வரவில்லை. நேரு ஊருக்கே வரவில்லை' என்றேன். அவர்கள் 'நேருதான் வேண்டும்' என்று கேட்டார்கள். நான் கொடுத்தேன்.

முதலில் வானத்தில் சுட்டேன். அப்புறம் கேட்டின் முனையின் மேல் சுட்டேன். ஹெல்மெட் அணிந்திருந்தேன். கல் பறக்கிறது. அப்புறம் அவர்கள் கால்களை நோக்கிச் சுட்டேன். முழங் காலுக்குக் கீழே வேஷ்டி சிவந்தது இன்னும் ஞாபகம் இருக் கிறது.

மாஜிக்போல அந்தக் கூட்டம் விலகியது. நான் கால்களைத்தான் குறி வைத்தேன். கணுக்கால்கள், முழங்கால்கள், செருப்பு!

அவர்கள் செருப்பைக் கையில் எடுத்துக் கொண்டு நொண்டி நொண்டி ஓடியது வேடிக்கையாக இருந்தது. எவ்வளவு பேர் இருந்தார்களோ அவர்களில் ஒருவனைக்கூடக் கொல்லவில்லை. என் கான்ஸ்டபிள்களிடமும் சொல்வேன். 'கீழே அடி கீழே கால்களை கால்களை.

ஆம். நான் நிறையக் கால்களைச் சுட்டிருக்கிறேன். வேட்டைக்குப் போகும்போதுகூட எனக்குக் கால்களைச் சுடுவதில்தான் இஷ்டம். நீல்காய் மான்கள், காட்டுப்பன்றி ஏன் புலி எல்லாம் ஓடும்போது முன்னங்கால்களைத்தான் குறி வைப்பேன். குண்டுபட்டதும் அவை அடிக்கும் குட்டிக்கரணத்தைப் பார்க்க வேண்டும். அப்புறம் அது ஓட முயற்சிக்கும். ஓட முடியாது. கால்கள்!'

பெரிய ஃபெர்னாண்டஸ், 'இப்போதுகூட நன்றாகக் குறி வைத்துக் கால்களை மட்டும் அடிக்கக்கூடிய திறமை அதிகம் பேரிடம் இல்லை' என்று வருத்தப்பட்டார்.

எலிசபெத்தின் நினைவும் அவர் சேதப்படுத்திய கால்களின் நினைவும் அவர் முகத்தில் வெளிச்சம் ஏற்றி இருந்தன. அப்போது மேஜையடி நாய் திடீரென்று எழுந்து வாலை மிக வேகமாக ஆட்டிக்கொண்டு வாயிற்கதவுப் பக்கம் ஓடியது.

'ஜான் வந்துவிட்டான்' என்றான் பெரியவர். ஃபெர்னாண்டஸ் உள்ளே வந்து, 'ஹலோ சாரி ரொம்ப நேரம் காத்திருந்தாயா' என்றான்.

'பரவாயில்லை. நான் உன் அப்பாவுடன் பேசிக் கொண்டிருந்தேன்' என்றேன்.

பெரியவர் 'ஜான்' என்று மகனைக் கூப்பிட்டார்.

'உன் வேலை முடிந்துவிட்டது' என்றான் ஜான் என்னிடம். 'அப்பா உளறிக் கொண்டிருந்தாரா?' என்றான்.

'கால்களைப் பற்றிப் பேசிக் கொண்டிருந்தார்' என்றேன்.

'ஜான்! ஜான்! நான் உனக்காகத்தான் காத்துக் கொண்டிருக்கிறேன்' என்றார் பெரியவர்.

'எஸ் பப்பா' என்றான் ஜான்.

'எனக்கு பாத்ரூம் போக வேண்டும். மார்ஜியைத் தொந்தரவு செய்ய விரும்பவில்லை. உனக்காகத்தான் காத்திருந்தேன்' என்றார்.

'ஒன் மினிட் மிஸ்டர் ராஜன்' என்று என்னிடம் சொல்லிவிட்டு, ஜான் தன் தந்தையை நாற்காலியிருந்து அலாக்காக ஆட்டுக்குட்டிபோல் தூக்கிக் கொண்டான். 'அவரால் நடக்க முடியாது... அவர் கால்கள்... Paralysed' என்றான்.

தினமணி கதிர்